哈福

第一次學泰語超簡單！

Thai Made Easy

從零開始
1秒開口說
}
初學泰語最強入門書
馬上和泰國人聊開來

好快！一天就會說泰語

- **一天10分鐘**
  中文拼音學習、一學就會、秒說泰語

- **1000句泰式情境會話**
  臨場感十足，簡單易學，好記又好用

- **1口氣學會：發音、單字、會話**
  第1本初學者最佳泰語課本，圖文式自然記憶
  從發音字母開始到單字會話，快速學會說泰語

SCAN

附QR碼線上音檔
行動學習·即刷即聽

施明威
Ester Dumapi ◎合著

哈福

簡易中文拼音學習法，1 秒開口說泰語

　　國人喜歡到泰國觀光，用中文學一點泰語來説説，玩得更盡興。為達到快速學好泰語的需求，本書精選基礎會話和單字，以最簡易的句子表達，泰語部分特加上拼音，懂中文就能開口説泰語，易學易懂，可以馬上套用、聊天。

　　國內有不少泰國新住民、監護工、泰勞、雇主、泰國配偶，在日常生活中，會碰到的情境會話，盡在本書中。國人看中文拼音，就能立刻説泰語；泰國人看泰語，就能學中文，學習零負擔，快速達到溝通目的，是輕鬆學好泰語或中文的捷徑。

　　在內容編排上，全部以生活化內容為主，再配合分門別類的精選單字，讓您更易於理解。

　　為加強學習效果，本書附有線上 MP3，特聘泰籍老師錄製，學習純正道地的泰語，有助你掌握實際的發音技巧，加強聽説能力。線上 MP3 內容為中文念一遍、泰語念兩遍，第一遍為正常速度、第二遍念稍慢，多注意錄音老師的唸法，跟著老師的發音覆誦練習，才能講出最標準的語調，反覆練習，純正泰語脱口説。

　　語言學習，不外乎「説、聽、讀、寫」這四個大方向。每種學習都需要不同的教材，針對一個部分做專門的訓練。該説的泰語，無法用看的；會話的學習，需要你去模仿，跟著泰國人學習、開口式直覺學習！

　　本書符合學習專項的內容設計，跟著它學習，讓你的泰語學習不再有語障。説你想説的一句話，活用簡單泰語，隨時隨地必備的話語，隨時能解決你所面對的任何問題！

本書分二部份：

Part 1　泰語會話

　　最佳泰語學習秘笈　本書專為沒有泰語發音基礎的人，在沒有任何學習壓力下，馬上能夠開口説泰語，和泰國人聊天。所以利用「中文拼音」這一個小把戲，讓學泰語變得好輕鬆、好自然。

　　學好泰語的關鍵就在單字會話　從泰語單字會話學起，精心收集泰國人使用頻率最高的會話和單字，採中文拼音輔助，依據情境、分類編排，快速掌握必備單字會話，很快的泰語就能流利上口。

用耳朵加強聽說能力 為加強學習效果，最好能搭配本書的精質線上 MP3，學習純正道地的泰語，有助你掌握實際的發音技巧，加強聽說能力。請讀者注意泰語老師的唸法，跟著老師的發音覆誦練習，才能講出最標準的發音，反覆練習，自然說出一口流利泰語。

Part 2　泰語發音、單字

泰語初學者，可從第 166 頁至 171 頁的泰語入門，開始學起，這個部份是，從字母發音 -- 子音和母音開始介紹，精選基礎單字，泰文部分特加上拼音，懂中文就能開口說泰語，易學易懂，可以馬上套用。

聲音 + 教材雙效合一，全方位學習零障礙，效果立現。精心設計的單元，內容豐富活潑、簡單易學，有助你掌握實際的發音技巧，加強聽說能力，學習純正道地的泰語。不用上補習班，有此一書，就好像請了一位免費的泰語家教，是你自學泰語的好幫手。

單字是學好外語的根本，本書內容豐富活潑、簡單易學，可做中‧泰對照小辭典，是短時間＆高效率的最佳泰語學習工具書。為了滿足初學者學習泰語的需求，精選基礎 3000 單字，情境式分類完整歸納、輕鬆記憶，泰文部分特加上拼音，懂中文就能開口說泰語，易學易懂，可以馬上套用，看中文或拼音，就能立刻說泰語。

在內容的編排上，圖解精緻生動，讓您更易於理解吸收。圖文式自然記憶常用的單字，加強記憶學習。不用上補習班，一書在手，有如請了一位免費的家教老師在身邊，快速掌握必備單字。

新南向政策，有不少台商到泰國投資、做生意。泰國有蕉風椰影的熱帶風光，每年都吸引台灣觀光客前往旅遊。能懂些泰語，觀光、經商、工作都能更便利。

到泰國，無論是旅遊觀光、投資做生意，能夠融入當地環境、說泰語、交朋友，瞭解當地的民情風俗及表達方式，加強與本地人溝通，洽公、溝通更便利，純粹觀光旅遊，也能倍增樂趣；投資事業生意更能平步青雲，創造出一番好業績。

Part 1

泰語會話

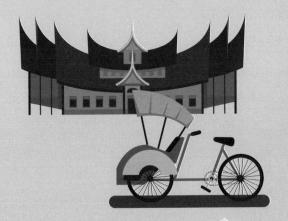

第 1 章

你好！

สวัสดีครับ/ค่ะ

傻瓦哩喀/卡

30 秒記住這個說法！

❶ อรุณสวัสดิ์
　　阿論傻瓦　　　　　　　　　　　　　　早安。

❷ สวัสดีครับ/ค่ะ
　　傻瓦低喀/卡　　　　　　　　　　　　你好。

❸ สวัสดีตอนบ่าย
　　傻瓦哩東　　　　　　　　　　　　　　午安！

❹ ราตรีสวัสดิ์
　　拉低傻瓦　　　　　　　　　　　　　　晚安！

❺ กินข้าวหรือยัง
　　今靠勒央　　　　　　　　　　　　　　吃飯了沒有？

❻ บังเอิญที่ได้เจอคุณ
　　班恩替代遮昆　　　　　　　　　　　　真巧遇到你。

❼ ไปไหนหรือ
　　掰乃勒　　　　　　　　　　　　　　　去哪裡呀？

❽ ออกไปหรือ
　　喔掰勒　　　　　　　　　　　　　　　出去嗎？

⑨ ลาก่อน

拉拱　　　　　　　　　　　　　　再見。

⑩ มีเวลาค่อยคุยกัน

咪威拉慨虧鋼　　　　　　　　　有空再聊。

一說就會練習區

1 สวัสดีครับ/ค่ะ อรุณสวัสดิ์　　　　　傻瓦哩喀/卡 阿論傻瓦

你好，早安！

สวัสดีตอนบ่าย　　　　　　　　　傻瓦哩東

你好，午安！

ราตรีสวัสดิ์　　　　　　　　　　拉低傻瓦

你好，晚安！

2 สวัสดีคุณสมชาย　　　　　　　傻瓦哩昆宋猜

頌猜先生，你好。

สวัสดีมะลิ　　　　　　　　　　傻瓦哩瑪麗

瑪麗，你好。

สวัสดีนารี　　　　　　　　　　傻瓦哩納莉

納莉，你好。

3 ดีใจที่ได้รู้จักคุณ　　　　　　哩齋替賴魯甲昆

好高興認識您。

ดีใจที่ได้รู้จักทุกคน　　　　哩齋替賴魯甲兔坤

好高興認識大家。

4 ช่วงนี้คุณสบายดีไหม　　　　　　串妮坤傻掰哩埋

你最近好嗎？

สมาชิกในครอบครัวสบายดีไหม　　傻嗎企乃擴夸傻掰哩埋

你家人最近好嗎？

ช่วงนี้บริษัทของเขาเป็นไง　　　串尼玻璃傻孔考冰埃

他們公司最近好嗎？

■聊天室

A: อรุณสวัสดิ์

阿論傻瓦

早安！

B: ดีใจมากที่ได้พบคุณ

哩齋罵替賴破坤

很高興見到你。

A: ฉันก็เช่นกัน

強過慶剛

我也是。

B: ช่วงนี้คุณสบายดีไหม

串尼坤傻掰哩埋

你最近好嗎？

A: ก็ดี ขอบคุณที่เป็นห่วง คุณหละ

過哩　殼坤替冰緩　坤喇

還不錯，謝謝關心，你呢？

B: ฉันก็สบายดี รถฉันมาแล้ว ไว้วันหลังค่อยคุยกัน

強過傻　哩　囉強嗎料　舀灣覽快虧剛

我還好，我車子來了，改天再聊吧。

A: ลาก่อน
　　拉拱
　　再見。

單字易開罐

泰文	拼音	中文
อรุณสวัสดิ์	阿論傻瓦	早安
สวัสดีตอนบ่าย	傻瓦理東	午安
ราตรีสวัสดิ์	拉低傻瓦	晚安
ออกไป	喔掰	出去
กลับมา	嘎嗎	回來
ดูแล	嚕咧	關照
ว่าง	萬	有空
ไม่ว่าง	麥萬	沒空
ถามไถ่	坦台	問候
ฉัน	強	我
เธอ	特	你
เขา	考	他
พวกเรา	迫撈	我們
พวกคุณ	迫昆	你們

第 2 章

您貴姓大名呀？

คุณชื่ออะไร

坤赤阿來

30 秒記住這個說法！

❶ พวกเราเจอกันครั้งแรก

迫撈遮剛扛列　　　　　　　　　　　我們是第一次見面。

❷ ยินดีด้วย

英哩累　　　　　　　　　　　　　　幸會，幸會。

❸ คุณสบายดีไหม

坤傻掰哩埋　　　　　　　　　　　　你好嗎？

❹ จะเรียกอย่างไร

甲烈央萊　　　　　　　　　　　　　怎樣稱呼？

❺ ไม่ทราบว่าคุณนามสกุลอะไร

麥煞襪昆囡傻滾阿萊　　　　　　　　請問貴姓？

❻ ไม่ทราบว่าคุณชื่ออะไร

麥煞襪昆次阿萊　　　　　　　　　　你叫什麼名字？

❼ คุณเป็นใคร

坤冰開　　　　　　　　　　　　　　你是誰？

❽ ฉันเป็นคนไต้หวัน

強冰空代彎　　　　　　　　　　　　我是台灣人。

❾ ต่อไปขี้แนะด้วย

朵掰其轟累　　　　　　　　　　　　請多多指教。

⑩ ดีใจที่ได้รู้จักคุณ

哩齋替賴魯甲昆　　　　　　　　　　很高興認識你。

一說就會練習區

1 คุณคือคุณสมชายใช่ไหม　　　　　坤科坤宋猜菜埋

你是不是頌猜先生呀？

คุณคือจางมารีใช่ไหม　　　　　坤科張瑪麗菜埋

你是不是張瑪麗呀？

คุณคือนารีใช่ไหม　　　　　坤科納莉菜埋

你是不是納莉呀？

2 คุณเป็นคนที่ไหน　　　　　坤冰坤替乃

你是哪裡人？

คุณเป็นคนประเทศอะไร　　　　　坤冰坤巴帖阿萊

你是哪國人？

3 ฉันเป็นคนไต้หวัน　　　　　強冰坤代彎

我是台灣人。

ฉันเป็นคนไทย　　　　　強冰坤台

我是泰國人。

ฉันเป็นชาวจีนโพ้นทะเล　　　　　強冰超金朋踏咧

我是華僑。

ฉันเป็นคนอเมริกา　　　　　強冰坤阿咩哩嘎

我是美國人。

ฉันเป็นคนญี่ปุ่น　　　　　強冰坤一本

我是日本人。

4 เพื่อนฉันเป็นคนฮ่องกง　　　　　碰強冰坤關公
我朋友是香港人。

เพื่อนฉันเป็นคนเวียตนาม　　　　碰強冰坤越那
我朋友是越南人。

เพื่อนฉันเป็นคนไต้หวัน　　　　　碰強冰坤代彎
我朋友是台灣人。

เพื่อนฉันเป็นคนอินโดนีเซีย　　　碰強冰坤因多西亞
我朋友是印尼人。

遊泰豆知識

清邁的重要節慶

　　每年在泰國第二大城－清邁，總有許多熱鬧節慶舉行，最為人所知的大概就是水燈節與潑水節了。關於水燈節的由來眾說紛紜，不過它的重點是對河神表達賜予水源的感謝，並為這一年來曾犯錯的行為表示懺悔，也有去除霉運的用意。此儀式是用芭蕉或蓮花等植物做成水燈，再放置水中，推送使其遠飄，密密麻麻的水燈使河流像燦爛的星空。

　　而潑水節原本是為了洗出一顆純淨的心靈，不過在熾熱的氣溫下進行這個活動，倒成了消暑的娛樂節目了。

　　二月份是泰國百花齊放的時節，各色花木爭奇鬥艷，於是產生了「花節」，除了花卉的展示，更有花車遊行、選美比賽的有趣表演。

■聊天室

A: คุณชื่ออะไร
坤赤阿來
你叫什麼名字？

B: ฉันชื่อจางมารี
強赤張瑪麗
我叫張瑪麗。

A: เขาคือใคร
考科開
他是誰？

B: เขาเป็นเพื่อนของฉัน คุณสมชาย
考冰碰孔強　坤宋才
他是我朋友頌猜先生。

A: คุณทำงานอะไร
坤湯囡阿來
你做什麼工作的？

B: ฉันเป็นพนักงานกิจการบริษัทการค้า แล้วคุณหละ
強冰帕那囡幾甲剛玻璃傻剛卡　聊昆喇
我是貿易公司業務員，那麼你呢？

A: ฉันเป็นเลขานุการของบริษัท
強冰咧卡怒剛孔玻璃傻
我是公司秘書。

B: คุณสมชายเป็นทนายความ
坤宋猜冰踏乃匡
頌猜先生是一位律師。

A: ดีใจมากที่ได้รู้จักพวกคุณ
哩齋罵替賴魯甲破昆
很高興認識你們。

B: ฉันก็เช่นกัน

強個欠甘

我也是。

東方威尼斯－曼谷

　　曼谷是泰國的首都，較正式的名稱為「克倫太普」(Krungtep)，是「天使之城」的意思，可以想見這是個可愛又親切的都市。

　　因為湄南河橫亙其中，使得水上交通繁盛，而河岸兩邊的水上人家，以及穿梭期間的各式船隻，更交織成了水上市場的風貌，讓曼谷有了「東方威尼斯」的稱號，試想乘著小船、遊覽周邊販賣物品的景況，就像徜徉在水都威尼斯一般。

　　另外，曼谷的大型購物中心是非常值得一逛的地方，舉凡泰絲、棉布、各類手工藝品，甚至銅器、珠寶都可以輕易找到，可說應有盡有。

單字易開罐

泰文	拼音	中文
นามสกุล	団傻滾	貴姓
ชื่อ	赤	姓名
คุณผู้ชาย	坤暴猜	先生
นางสาว	団勺	小姐
คุณผู้หญิง	坤暴銀	太太
อะไร	阿來	什麼
ไต้หวัน	代玩	台灣
ไทย	苔	泰國
อินโดนีเซีย	因囉尼西亞	印尼

泰文	拼音	中文
มาเลเซีย	嗎咧西亞	馬來西亞
ฮ่องกง	闊公	香港
ญี่ปุ่น	一本	日本
สิงคโปร์	形咖玻	新加坡
เวียตนาม	越南	越南
เกาหลี	高離	韓國
จีน	京	中國
อเมริกา	阿咩哩嘎	美國
อังกฤษ	安及	英國
ฝรั่งเศส	法朗寫	法國
ฮอลแลนด์	喝拎	荷蘭
ชาวจีนโพ้นทะเล	敲京朋踏咧	華僑
นักศึกษาเรียนต่อต่างประเทศ	那使啥臉朵檔巴帖	留學生
บริษัทการค้า	玻哩傻甘卡	貿易公司
พนักงานฝ่ายกิจการ	怕那安法給甲岡	業務員
เลขานุการ	咧卡怒剛	秘書
ทนายความ	他乃匡	律師

遊泰豆知識

又酸又辣的泰國菜

　　由於天氣炎熱，泰國菜多是烹調成酸酸甜甜又辛辣的口味，有開胃的作用，由它主要的調味品是辣椒和檸檬可見一斑，早期以魚露（一種由發酵的魚製成的辛辣佐料）為鹽的替代品，愛吃辣的性格顯而易見。

　　不過口味的偏好還是因地區而有所不同，大體來說，北部有緬甸的味道、南部受馬來西亞影響、東北部則與高棉相仿；以食物而言，東北部以辛辣食物出名，南部有各式海鮮可供選擇。

第 3 章

他是誰？

เขาเป็นใคร

考冰開

30 秒記住這個說法！

❶ เจอกันครั้งแรก
遮甘扛列

初次見面。

❷ ผมขอแนะนำตัวก่อน
朋殼孽団多罩

讓我先介紹一下。

❸ บุคคลนี้เป็นใคร
補昆尼冰開

這位是誰？

❹ เขาเป็นใคร
考冰開

他（她）是誰？

❺ เขาเป็นเพื่อนฉัน
考冰碰強

他（她）是我朋友。

❻ คุณมาจากไหน
坤嗎甲乃

你從哪裡來？

❼ คุณเป็นคนที่ไหน
坤冰坤替乃

你是什麼地方的人？

❽ เขามาจากไต้หวัน
考嗎甲代彎

他從台灣來。

❾ คุณพูดภาษาไทยเป็นไหม
坤瀑趴啥胎冰埋

你會不會講泰語？

22

⑩ ดีใจมากที่รู้จักพวกคุณ

哩齋罵替魯甲破坤　　　　　　　　很高興認識你們。

一說就會練習區

1 เขาเป็นเพื่อนของฉัน　　　　　考冰碰孔強
他是我朋友。

เขาคือคุณสมชาย　　　　　　　考科坤宋猜
他是頌猜先生。

2 เขาเป็นเพื่อนร่วมเรียนมหาวิทยาลัย　考冰碰亂連罵哈玉他呀萊
這位是我大學同學。

ท่านนี้คืออาจารย์เจิ้ง　　　　　趙尼科阿江鄭
這位是鄭老師。

ท่านนี้คือผู้จัดการหลี่ของบริษัทอิสเทิร์น　趙尼科瀑甲甘李孔玻哩傻意史騰
這位是東方公司的李經理。

3 ผู้ใดคือคุณสมชาย　　　　　　暴呆科坤宋猜
哪位是頌猜先生呀？

ผู้ใดคือคุณมารี　　　　　　　暴呆科坤瑪麗
哪位是瑪麗呀？

ผู้ใดคือคุณนารี　　　　　　　暴呆科坤納莉
哪位是納莉呀？

ผู้ใดคือคุณหลี่　　　　　　　暴呆科坤李
哪位是李先生呀？

4 คุณรู้จักคุณสมชายหรือเปล่า

坤魯家坤宋猜勒雹

你認識頌猜先生嗎？

คุณรู้จักคุณหลี่หรือเปล่า

坤魯家坤李勒雹

你認識李先生嗎？

คุณรู้จักคุณผู้หญิงหลี่หรือเปล่า

坤魯家坤瀑瑩李勒雹

你認識李太太嗎？

คุณรู้จักคุณจางมารีหรือเปล่า

坤魯家坤張瑪麗勒雹

你認識張瑪麗嗎？

■聊天室

A:　สวัสดีครับ/ค่ะ

傻瓦哩喀/卡

你好。

B:　สวัสดีครับ/ค่ะ

傻瓦哩喀/卡

你好。

A:　คุณเป็นคนที่ไหน

坤冰坤替乃

你是哪裡人？

B:　ฉันเป็นคนไต้หวัน

強冰坤代彎

我是台灣人。

A:　ฉันเป็นชาวจีนโพ้นทะเลของเมืองไทย

強冰敲今朋踏咧孔悶苔

我是泰國華僑。

B: ฉันพูดภาษาไทยไม่ค่อยเป็น
強瀑趴啥苔麥快冰
我不太會說泰語。

A: ฉันสามารถสอนคุณได้
強啥罵聳坤賴
我可以教你。

B: ดีจังเลย ขอบคุณ
哩將勒　觳坤
太好了，謝謝你。

單字易開罐

泰文	拼音	中文
เขา	考	他
ฉัน ผม	強朋	我
อันนั้น	安難	那個
ที่ไหน	替乃	哪裡
อันนี้	安逆	這個
ที่นี่	替逆	這裡
เรียก	烈	稱呼
อะไร	阿萊	什麼
แนะนำ	捏囝	介紹
รู้จัก	盧甲	認識
นามบัตร	囝把	名片
นักเรียน	那拎	同學
ครูบาอาจารย์	哭巴阿江	老師
ผู้จัดการทั่วไป	瀑甲甘拓掰	經理

第 4 章

你會不會講泰語？

คุณพูดภาษาไทยได้ไหม

坤瀑趴啥苔賴埋

MP3-5

---

30 秒記住這個說法！

❶ คุณพูดภาษาไทยได้ไหม

　　坤瀑趴啥苔賴埋　　　　　　　　　　　你會不會説泰語？

❷ พูดได้นิดหน่อย

　　瀑賴逆乃　　　　　　　　　　　　　　會一點點。

❸ ฟังเข้าใจ แต่พูดไม่ค่อยได้

　　番靠災 跌瀑麥快賴　　　　　　　　　聽得懂，但不太會説。

❹ ฉันพูดภาษาจีนไม่ได้

　　強瀑趴啥今麥賴　　　　　　　　　　我不會説中文。

❺ พูดช้า ๆหน่อยได้ไหม

　　瀑恰恰乃賴埋　　　　　　　　　　　可不可以説慢一點？

❻ ฉันฟังไม่ชัดแจ้งว่าคุณพูดอะไร

　　強方麥恰敬襪昆暴阿萊　　　　　　　我聽不清楚你説什麼。

❼ ฉันไม่รู้ว่าคุณพูดอะไร

　　強麥魯襪坤瀑阿萊　　　　　　　　　我不知道你説什麼。

❽ รบกวนพูดอีกครั้ง

　　落光瀑以砍　　　　　　　　　　　　麻煩再説一遍。

❾ อันนี้จะพูดยังไง

　　安逆甲暴央挨　　　　　　　　　　　這個要怎麼説？

---

❿ ฝึกเรียนภาษาไทยยากไหม

粉拎趴煞苔亞埋　　　　　　　　　學泰語難不難？

一說就會練習區

1 คุณพูดภาษาไทยได้ไหม　　　　　　坤瀑趴啥苔賴埋

你會不會講泰語？

คุณพูดภาษาจีนได้ไหม　　　　　　　坤瀑趴啥今賴埋

你會不會講中文？

คุณพูดภาษาญี่ปุ่นได้ไหม　　　　　　坤瀑趴啥一本賴埋

你會不會講日語？

คุณพูดภาษาอังกฤษได้ไหม　　　　　　坤瀑趴啥安幾賴埋

你會不會講英文？

คุณพูดภาษาฝรั่งเศษได้ไหม　　　　　坤瀑趴啥法蘭寫賴埋

你會不會講法文？

2 คุณพูดช้า ๆหน่อยได้ไหม　　　　　　坤瀑恰恰乃賴埋

可不可以請你講慢一點？

คุณขับช้า ๆหน่อยได้ไหม　　　　　　坤卡恰恰乃賴埋

可不可以請你開慢一點？

คุณเดินช้า ๆหน่อยได้ไหม　　　　　　坤拎恰恰乃賴埋

可不可以請你走慢一點？

3 คำนี้ใช้ภาษาไทยจะพูดอย่างไร　　　刊逆柴趴啥苔甲瀑養萊

這個字用泰語要怎麼說呀？

คำนี้ใช้ภาษาจีนจะพูดอย่างไร

這個字用中文要怎麼說呀？

刊逆柴趴啥 甲瀑養菜

คำนี้ใช้ภาษาอังกฤษจะพูดอย่างไร

這個字用英文要怎麼說呀？

刊逆柴趴啥安幾甲瀑養菜

■聊天室

A: สวัสดีครับ/ค่ะ คุณเป็นคนที่ไหน

傻瓦哩喀/卡 坤冰坤替乃

你好，你是哪裡人？

B: ฉันเป็นคนไต้หวัน

強冰坤代彎

我是台灣人。

A: คุณพูดภาษาไทยได้ไหม

坤瀑趴啥苔賴埋

你會不會說泰語？

B: พูดได้นิดหน่อย

瀑賴逆乃

會講一點點。

A: งั้นลองพูดกี่คำให้ฟังหน่อยซิ

南掄瀑及刊害方乃係

那麼你說幾句來聽聽。

B: ได้เลย สวัสดีครับ/ค่ะ อรุณสวัสดิ์

賴勒 傻瓦哩喀/卡 阿掄沙哇

好的，「你好，早安！」

A: คุณพูดได้ไม่เลวนี่

坤瀑賴麥溜逆

你說得不錯呀。

B: ก็งั้น ๆ แหละ
　　過南南列
　　馬馬虎虎，還好。

A: คุณรู้ภาษาอังกฤษไหม
　　坤盧趴啥安幾理
　　你會不會英文？

B: ดูเป็น แต่พูดไม่ได้
　　嚕冰　跌瀑賣賴
　　看是可以，但說不行。

單字易開罐

泰文	拼音	中文
เป็น/รู้/ได้	冰/盧/賴	會
ไม่เป็น/ไม่รู้/ไม่ได้	麥冰/麥盧/麥賴	不會
พูด	瀑	説
ฟัง	番	聽
นิดหน่อย	逆乃	一點點
ขอโทษ	殼透	對不起
ช้า ๆ หน่อย	恰恰乃	慢一點
ได้ไหม	賴埋	可不可以
ซ้ำ	閃	重複
ยาก	亞	難
ง่าย	愛	容易

泰文	拼音	中文
ง่าย	愛	簡單
เข้าใจ	告齋	明白
ภาษาไทย	趴啥苔	泰語
ภาษาอังกฤษ	趴啥安幾	英文
ภาษาจีน	趴啥	中文
ภาษาญี่ปุ่น	趴啥一本	日文
ภาษาฝรั่งเศส	趴啥法蘭寫	法文

遊泰豆知識

北方玫瑰－清邁

　　除了重要節慶，到了清邁不可錯過的還有大象學校，不但能欣賞大象的精采演出，更可親自上陣，騎著大象感受一下都市生活之外截然不同的樂趣，再把自己威風凜凜的模樣拍下來作紀念，絕對讓你大呼過癮。

　　清邁是手工藝品的主要產地，喜愛小玩意兒的人可千萬要記得來此採買，位於清邁的手工藝村還有紙傘和蠶絲製品等，一定能夠滿載而歸。

　　清邁是充滿文化氣息之地，氣候也相當宜人，安排個深度旅遊，在當地負盛名的玫瑰簇擁下造訪古城廟宇，多麼令人嚮往啊！

第 5 章

這些是什麼？

เหล่านี้คืออะไร

老逆科阿萊

MP3-6

30 秒記住這個說法！

---

❶ เหล่านี้คืออะไร

老尼科阿來 這些是什麼？

---

❷ เหล่านี้คือทุเรียนกวน

老尼科冰兔拎關 這些是榴槤糕。

---

❸ สมุดเล่มนี้เป็นของคุณหรือเปล่า

傻母令尼冰孔坤了實 這本書是不是你的？

---

❹ หนังสือเล่มนี้เป็นของฉัน

南十令尼冰孔強 是，這本書是我的。

---

❺ ไม่ใช่ หนังสือเล่มนี้ไม่ใช่ของฉัน

麥蔡 南十令尼麥蔡孔強 不是，這本書不是我的。

---

❻ หนังสือเล่มนี้เป็นของเขา ไม่ใช่ของฉัน

南十令尼冰孔考 麥蔡孔強 這本書是他的，不是我的。

---

❼ หนังสือเล่มนี้เป็นของใคร

南十令尼冰孔開 這本書是誰的？

---

❽ หนังสือเล่มนี้เป็นของมารี

南十令尼冰孔瑪麗 這本書是瑪麗的。

---

❾ หนังสือเล่มนี้น่าดูไหม

南十令尼那督埋 這本書好不好看？

南十孔坤冰養菜 你的書是怎樣的？

一說就會練習區

1 อันนี้คืออะไร 安尼科阿萊
這個是什麼？

อันนั้นคืออะไร 安南科阿萊
那個是什麼？

2 อันนี้คือโทรศัพท์ 安尼科脫拉傻
這個是電話。

อันนี้คือโทรทัศน์ 安尼科脫拉踏
這個是電視機。

อันนี้คือตู้เย็น 安尼科度英
這個是冰箱。

อันนี้คือเครื่องซักผ้า 安尼科揯煞怕
這個是洗衣機。

3 กระเป๋าใบนี้สวยไหม 軋袍掰尼隨埋
這個皮包好不好看？

กระเป๋าใบนี้แพงไหม 軋袍掰尼拼埋
這個皮包貴不貴？

กระเป๋าใบนี้ใหญ่พอไหม 軋包掰尼崖波埋
這個皮包夠不夠大？

遊泰豆知識

血拼二三事

　　在泰國可以買的東西很多，你可以考慮挑選如泰絲、珠寶首飾、黃金飾品、棉織品、皮革製品、銀器、銅製品、手工藝品等。在曼谷、清邁等大城市可以輕易找到利用泰絲製作的物品；黃金飾品可以在曼谷的唐人街發現，種類繁多且精緻漂亮；手工藝品則以清邁著名。

　　除了上述物品，又如神像、古董、蘭花、青銅器、鱷魚皮製品、家具、玩具等皆有具泰國風味的產品，只是必須考慮攜帶是否方便的問題，不要血拼過度瘦了荷包，又造成回程的麻煩。

■聊天室

A: นี่คือหนังสืออะไร
逆科南十阿萊
請問這是什麼書？

B: เล่มนี้คือหนังสือการ์ตูน
練尼科南十嘎東
這本是漫畫書。

A: ของคุณใช่ไหม
孔坤蔡埋
是不是你的？

B: ไม่ใช่ หนังสือเล่มนี้ไม่ใช่ของฉัน
麥菜　南十練尼麥蔡孔強
不是，這本書不是我的。

A: งั้นเป็นของใคร
南冰孔開
那麼是誰的？

B: หนังสือเล่มนี้เป็นของมาลี

南十練尼冰空瑪麗

這本書是瑪麗的。

A: หนังสือของคุณเป็นแบบไหน

南十孔坤冰憋乃

你的書是怎麼樣的？

B: หนังสือของฉันเป็นเล่มใหม่

南十孔強冰練埋

我的書是新的。

A: ขอยืมให้ฉันดูหน่อยได้ไหม

括扔害強嚕乃賴埋

可不可以借我看一下？

B: ได้ ไม่มีปัญหา

賴　麥咪班哈

好的，沒問題。

單字易開罐

泰文	拼音	中文
เหล่านี้	老尼	這些
เหล่านั้น	老南	那些
ผู้ใด	瀑呆	哪一位
ใช่หรือไม่	菜了麥	是不是
ไม่ใช่	麥菜	不是
น่าดู	那嚕	好看
ทุเรียนกวน	兔連關	榴槤糕
กระเป๋า	嘎薄	皮包

泰文	拼音	中文
โทรศัพท์	拖拉傻	電話
ตู้เย็น	度英	冰箱
โทรทัศน์	脫拉踏	電視機
เครื่องซักผ้า	揹煞怕	洗衣機
ยืมให้ฉัน	英害強	借給我
ดูหนังสือ	嚕南十	看書
หนังสือใหม่	南十買	新書
หนังสือเก่า	南十搞	舊書
หนังสือการ์ตูน	南十嘎東	漫畫書
หนังสือนิตยาสาร	南十逆搭呀閃	雜誌
พจนานุกรม	破家拿怒工	辭典

遊泰豆知識

吃在泰國

　　泰國米較台灣米細長，吃起來也很有嚼勁，口感特殊，而北部和東北部的主食則是一種叫做「khao niaow」的黏米，當地人會將黏米揉成球形，沾不同醬料食用。

　　泰國人愛吃辣，尤以「prik-kee-nu」辣椒口味最為濃烈，另外，檸檬草和芫荽葉是經常用來調味的，還有大蒜、薑、香芹也都是，其實跟台灣使用的佐料種類差不多，只是程度上有差別。

　　泰國的甜食統稱「khanom」，許多甜點裡都加有椰奶，如「khanom krok」就是將米的粉末、雞蛋、椰奶以及糖混合，再用陶鍋煮成。

第 6 章

這裡是哪裡？

ที่นี่คือที่ไหน

替逆科替乃

30 秒記住這個說法！

❶ ที่นี่คือที่ไหน

替逆科替乃　　　　　　　　　　　　　　　　這裡是哪裡？

❷ ไม่ทราบว่า สถานีรถไฟไกลจากที่นี่ไหม

賣熟襪 傻談你落飛該甲替逆埋　　　　　請問火車站離這裡近不近？

❸ เยาวราชจะไปอย่างไร

么哇蠟甲掰養萊　　　　　　　　　　　　唐人街要怎麼去？

❹ เดินไปถึงซอยสองแล้วเลี้ยวขวา

登掰騰衰犖瞭柳誇　　　　　　　　　　走到第二條路口右轉。

❺ เดินตรงไปก็ถึงแล้ว

登東掰過騰聊　　　　　　　　　　　　一直走就到了。

❻ เดินตามเส้นทางนี้ไปจนสุดทางก็ถึงแล้ว

登當信貪尼掰中數貪過騰聊　　　　　沿著這條路走到底就到了。

❼ ไม่ทราบว่าห้องน้ำสาธารณะอยู่ที่ไหน

賣薩襪閱南啥它拉那乳替乃　　　　　請問公共廁所在哪裡？

❽ ไปวัดพระแก้วจะนั่งรถอย่างไร

掰襪怕叫甲難落養萊　　　　　　　　去玉佛寺要怎麼坐車？

❾ คุณนั่งรถเมล์สายนั้นก็ถึงแล้ว

坤難落咩骰難過騰聊　　　　　　　　您坐那輛公車去就到了。

⑩ แถวนี้มีตู้โทรศัพท์สาธารณะหรือเปล่า

條尼咪度拖拉傻啥他拉那了保　　　　請問這附近有沒有電話亭？

一說就會練習區

1 พระราชวังอยู่ใกล้กับที่นี่ไหม
皇宮離這裡近不近？

怕辣洽汪乳蓋軋替逆埋

วัดอรุณอยู่ใกล้กับที่นี่ไหม
黎明寺（鄭王廟）離這裡近不近？

襪阿掄乳蓋軋替逆埋

ตลาดน้ำอยู่ใกล้กับที่นี่ไหม
水上市場離這裡近不近？

打喇南乳蓋軋替逆埋

2 เดินไปถึงหน้าปากซอยแรกเลี้ยวขวา
走到第一個街口右轉。

拎掰騰那把摔列劉垮

เดินไปถึงหน้าปากซอยที่สองเลี้ยวขวา
走到第二個街口右轉。

拎掰騰那把摔替聳劉垮

เดินไปถึงหน้าปากซอยที่สามเลี้ยวขวา
走到第三個街口右轉。

拎掰騰那把摔替閃劉垮

3 ขอถามหน่อย ไปสนามบินจะนั่งรถอะไรคะ
請問去機場要坐什麼車呀？

殼堂乃 掰傻南冰甲難落阿萊卡

ขอถามหน่อย ไปถนนเยาวราชจะนั่งรถอะไรคะ
請問去耀華力路要坐什麼車呀？

殼堂乃掰塔農妖挖辣甲難落阿萊卡

ขอถามหน่อย ไปศาลพระพรหมจะนั่งรถอะไรคะ
殼堂乃 掰賞怕砰甲難落阿萊卡

請問去四面佛要坐什麼車呀？

4 คุณสามารถนั่งรถเมล์ไป
你可以坐巴士去。

坤啥罵難落咩掰

คุณสามารถนั่งแท็กซี่ไป
你可以坐計程車去。

坤啥罵難帖係掰

คุณสามารถนั่งรถไฟไป
你可以坐火車去。

坤啥罵難落飛掰

■聊天室

A: สนามบินอยู่ที่ไหน
傻難賓乳替乃
機場在哪裡？

B: ฉันก็ไม่รู้ มาดูแผนที่กันเถอะ
強過麥盧　媽嚕瓶替甘騰
我也不知道，來看看這張地圖吧。

A: ตกลง เอาออกมาลองดู
奪龍　凹喔媽龍嚕
好的，拿出來看看。

B: มีสายรถเมล์เฉพาะสามารถนั่งไป
咪骰落咩洽破啥罵難掰
有專線機場巴士可以坐去。

A: ถ้างั้นเราไปกันเถอะ
踏南撈掰剛騰
那麼我們馬上去吧！

B: เดี๋ยวก่อน พวกเราถามคนอื่นดูก่อน
流管　迫撈談坤恩嚕共
等一下，我們先問問看別人。

B: ขอถามหน่อย ไปสนามบินจะนั่งรถอย่างไร

括談乃　掰傻難賓甲難落養萊

請問去機場要怎樣坐車？

C: ข้ามถนนตรงข้าม นั่งสายรถเมล์เฉพาะก็ถึงแล้ว

看塔農東看　難骰落咩洽破過騰寮

過對面馬路坐專線公車就到了。

B: ตกลง ขอบคุณ

朵掄　殼坤

好的，謝謝您。

C: ไม่ต้องเกรงใจ

麥凍庚齋

不用客氣。

遊泰豆知識

獨木舟之旅

　　很久沒有親近大自然了嗎？來個獨木舟之旅可以領略造物的奇妙，更能和當地的自然景觀進行親密對話。在普吉島、攀牙灣、蘇梅島、喀比等都有這樣的行程安排，在導遊的帶領下，定能感受夢幻般的大自然之旅。

　　套裝行程包括了餐點、乘坐獨木舟、住宿等，獨木舟有多種款式可供挑選，下榻地點也有小木屋、旅館、露營等多樣選擇。

　　坐在獨木舟上，緩緩經過石灰岩洞、海蝕洞等天然景點，各種生物、植物、自然風光盡收眼底，悠閒自在，這樣的愜意享受絕對讓你感到不虛此行。

單字易開罐

泰文	拼音	中文
ใกล้	蓋	近

泰文	拼音	中文
ไกล	該	遠
เดินตรง	拎東	直走
เลี้ยว	柳	轉彎
เลี้ยวขวา	柳垮	右轉
เลี้ยวซ้าย	柳晒	左轉
ตู้โทรศัพท์	度拖拉傻	電話亭
ห้องน้ำสาธารณะ	関南啥他拉那	公共廁所
รถเมล์	落咩	公車
รถไฟใต้ดิน	洛飛代拎	地下鐵
แผนที่	絣替	地圖
สายตรง	曬東	專線
สนามบิน	傻南賓	機場
สถานีรถไฟ	傻踏泥落飛	火車站
ถนนเยาวราช	塔農么哇蠟	唐人街
วัดพระแก้ว	襪怕較	玉佛寺
พระราชวัง	怕辣洽灣	皇宮
ตลาดน้ำ	打喇南	水上市場
วัดอรุณ	襪阿倫	黎明寺（鄭王廟）
ถนนเยาวราช	塔農腰挖辣	耀華力路
ศาลพระพรหม	賞怕矸	四面佛

第 7 章

今天是星期幾？

MP3-8

วันนี้เป็นวันอะไร

灣尼冰灣阿來

30 秒記住這個說法！

❶ วันนี้เป็นวันอะไร
灣尼冰灣阿來 　　　　　　　　　　今天是星期幾？

❷ วันนี้เป็นวันที่เท่าไหร่
灣尼冰灣替套來 　　　　　　　　　今天是幾號？

❸ วันนี้เป็นวันที่21เดือนมี.ค.
灣尼冰灣替一席別拎咪拿空 　　　　今天是三月二十一日。

❹ วันเกิดคุณคือวันอะไร
灣葛坤科灣阿萊 　　　　　　　　　你什麼時候生日？

❺ วันเกิดฉันคือวันที่1เดือนมิ.ย.
灣葛強科灣替能倫密圖拿庸 　　　　我的生日在六月一日。

❻ ปีนี้คือปี2004
逼尼科逼犖損損喜 　　　　　　　　今年是2004年。

❼ บัดนี้คือเดือนอะไร
把尼科登阿萊 　　　　　　　　　　現在是幾月？

❽ บัดนี้คือเดือนก.ค.
把尼科拎嘎蠟嘎拉空 　　　　　　　現在是七月。

❾ เดือนหน้าฉันจะไปเที่ยวฮ่องกง
登那強家掰透闊工 　　　　　　　　我下個月到香港旅行。

⑩ ทุกวันอาทิตย์เขาจะไปโบสถ์

兔彎阿惕考夾辮博　　　　　　　　他每個禮拜天去教堂。

1 วันนี้คือวันที่1เดือนพ.ค.空　　　彎尼科彎替能登碰傻趴

今天是五月一號。

วันนี้คือวันที่2เดือนพ.ค.　　　彎尼科彎替宋登碰傻趴空

今天是五月二號。

วันนี้คือวันที่20เดือนพ.ค.　　　彎尼科彎替依喜登碰傻趴空

今天是五月二十號。

2 วันนี้คือวันจันทร์　　　彎尼科彎將

今天是星期一。

วันนี้คือวันอังคาร　　　彎尼科彎安康

今天是星期二。

วันนี้คือวันอาทิตย์　　　彎尼科彎阿替

今天是星期日。

3 บัดนี้คือเดือนก.ค.　　　把尼科登嘎蠟嘎拉空

現在是七月。

บัดนี้คือเดือนม.ค.　　　把尼科登罵嘎拉空

現在是一月。

บัดนี้คือเดือนก.พ.　　　把尼科登恭趴兵

現在是二月。

遊泰豆知識

手的位置有玄機

　　許多人都知道與泰國人打招呼要說「撒哇迪咖」，但是你曉得他們是如何向對方致意嗎？在泰國是以雙手合十，放在胸前，邊說大家熟悉的「撒哇迪咖」道好，這個動作表示打招呼，所以不必再握手。

　　雙手擺放的高低也大有關係，舉得越高表示越尊敬，所以人民對國王行禮都是高過頭頂的，而晚輩對長輩須舉至額頭的位置；平輩到鼻子下方；長輩對晚輩則約略到胸前即可。記得別人向你行這個禮，一定要還禮喔！

■聊天室

A: เอ้อคุณหรือ เข้ามานั่งซิ
　　餓坤了　靠嗎難係
　　是你啊，進來坐吧。

B: สวัสดีครับ/ค่ะ
　　傻瓦哩髂/卡
　　你好。

A: ไม่เจอกันตั้งนาน เป็นไงบ้าง
　　麥遮剛但団　冰埃半
　　好久不見，最近過得怎樣？

B: ช่วงนี้บริษัทงานยุ่งมากเลย
　　串你波哩傻図潤罵勒
　　最近公司很多事情要做，很忙。

A: คุณจำได้ไหมว่าวันนี้คือวันอะไร
　　坤將賴埋襪彎尼科彎阿萊
　　你記不記得今天是什麼日子？

B: วันอะไร วันที่เท่าไหร่
　　彎阿萊　彎替套萊
　　什麼日子？今天幾號？

A: วันนี้คือวันที่5เดือนธ.ค.

彎尼科彎替哈登貪哇空

今天是十二月五日。

B: มีเรื่องสำคัญอะไรหรือ

咪楞賞刊阿萊了

有什麼特別的事嗎？

A: แม้นแต่วันเกิดฉันก็จำไม่ได้

明跌彎葛強過將麥賴

連我的生日都不記得！

B: อ้า สุขสันต์วันเกิด

阿　屬賞彎葛

啊！祝你生日快樂！

遊泰豆知識

炫目迷人的舞蹈

在泰國傳統歌舞中最常見的就是舞者穿著華麗的服飾、頭戴尖塔形帽子、赤腳的裝扮，美好的體態、複雜的手勢傳達著不同的故事，舉手投足都別有一番韻致。

如流行於泰國北部的指甲舞，舞者即是身穿炫麗服裝，十指皆戴著既長又尖的假指甲，隨著手指的緩緩轉動、腳步的款款移動，加上眉目間的情意表達，一場精采的表演於焉產生。

還有一種南旺舞是廣為流傳的舞蹈，在泰語中是「圓舞」的意思，顧名思義，這是大家圍成圓圈一起隨樂曲拍手的舞，如果你剛好參與這樣的盛會，也可以跟著大家起舞，感受他們的歡樂與活力。

單字易開罐

泰文	拼音	中文
วันจันทร์	彎將	星期一
วันอังคาร	彎安刊	星期二
วันพุธ	彎暴	星期三
วันพฤหัสบดี	彎怕勒蛤傻波哩	星期四
วันศุกร์	彎屬	星期五
วันเสาร์	灣杓	星期六
วันอาทิตย์	彎阿替	星期天
หนึ่งสัปดาห์	能傻搭	一個禮拜
สัปดาห์หน้า	傻搭那	下個禮拜
สัปดาห์ก่อน	傻搭拱	上個禮拜
เดือนไหน วันไหน	登乃 灣乃	幾月幾號
วันนี้	彎尼	今天
พรุ่งนี้	碰尼	明天
เมื่อวาน	末彎	昨天
ฮ่องกง	関工	香港
โบสถ์	跛	教堂
วันเกิด	彎葛	生日
สุขสันต์วันเกิด	屬賞彎葛	生日快樂

第 8 章

天氣好熱！

MP3-9

อากาศร้อนจังเลย

阿嘎龍江勒

---

30 秒記住這個說法！

❶ อากาศวันนี้เป็นยังไง

阿軋彎尼冰央萊　　　　　　　　今天天氣怎麼樣？

---

❷ การรายงานพยากรณ์อากาศเป็นอย่างไร

剛來安怕壓恭阿軋冰養萊　　　　天氣報告的預測是怎樣？

---

❸ วันนี้อากาศดีมาก

彎尼阿軋哩罵　　　　　　　　　今天天氣很好。

---

❹ มีแดดทั้งวัน

咪冽譚彎　　　　　　　　　　　整天都有太陽。

---

❺ รู้สึกจะมีฝนตก

魯石甲咪逢朵　　　　　　　　　好像會下雨。

---

❻ ก่อนเที่ยงมีแดด

拱捸咪跌　　　　　　　　　　　上午出大太陽。

---

❼ อย่าลืมเอาร่มด้วย

牙愣凹龍對　　　　　　　　　　記得帶雨傘。

---

❽ ช่วงนี้อากาศอบอ้าวมาก

串尼阿嘎喔澳罵　　　　　　　　最近天氣很悶熱。

---

⑨ ช่วงนี้มีพายุใต้ฝุ่นจะมาเยือน

串尼咪趴入代嗙夾嗎煙　　　　　　最近有颱風要來。

⑩ ตอนเย็นมีฝนตกฟ้าแลบ

東因咪封朵罰獵　　　　　　　　　下午有雷陣雨。

一說就會練習區

1 วันนี้อากาศร้อนจังเลย　　　　　　彎尼阿軋龍江勒
今天天氣好熱。

วันนี้อากาศสดใสสบาย　　　　　　　彎尼阿軋所骰傻掰
今天天氣好舒服。

วันนี้อากาศบนดอยหนาวมาก　　　　彎尼阿軋崩呆撓罵
今天山上天氣好冷。

2 อากาศฤดูใบไม้ผลิเป็นอย่างไร　　　阿嘎勒嚕掰賣趴離冰楊萊
春天天氣怎麼樣？

อากาศฤดูร้อนเป็นอย่างไร　　　　　阿嘎勒嚕儱冰楊萊
夏天天氣怎麼樣？

อากาศฤดูใบไม้ร่วงเป็นอย่างไร　　　阿嘎勒嚕掰埋亂冰楊萊
秋天天氣怎麼樣？

อากาศฤดูหนาวเป็นอย่างไร　　　　　阿嘎勒嚕撓冰楊萊
冬天天氣怎麼樣？

3 อุณหภูมิต่ำสุดของปีคือกี่องศา　　　恩那哈砰膽叔孔逼科幾恩啥
一年的最低溫度是幾度？

อุณหภูมิสูงสุดของปีคือกี่องศา　　　恩那哈砰聳叔孔逼科幾恩啥
一年的最高溫度是幾度？

เฉลี่ยอุณภูมิของปีคือกี่องศา	洽喇恩那哈砰孔逼科幾恩啥
一年的平均溫度是幾度？	

---

4 เขตพื้นที่ร้อนอากาศเปียกชื้น　　且盆替龍阿軋瘝陳

熱帶地區氣候潮濕。

เขตร้อนอากาศอบอุ่น　　且龍阿嘎哦恩

溫帶地區氣候溫和。

เขตพื้นที่ทะเลทรายอากาศแห้งแล้ง　　且盆替踏咧篩阿嘎恨零

沙漠地區氣候乾燥。

เขตพื้นที่ราบสูงอากาศเลวร้าย　　且盆替辣聳阿嘎溜來

高山地區氣候惡劣。

遊泰豆知識

蘇梅島－椰子島

　　蘇梅島上有兩百萬顆以上的椰樹，可説相當驚人，而椰子也是其主要經濟來源。蘇梅島最吸引人的是沙灘與自然景觀，Chaweng海灘和Lamai海灘都是島上著名的景點，而Hin Lat和Na Muang兩處瀑布亦是熱門的觀光景致。

　　想要遊覽蘇梅島一周，乘坐由小貨車改裝的Song Taew十分便利，感受一下泰國小城鎮裡會出現的交通工具，是獨特的經驗。

　　在這樣美麗的小島上，你可以選擇一處海邊小木屋住下，享受當地的清涼椰子汁和可口的棗椰丸，想像自己身處遠離塵囂的仙境吧！

■聊天室

A: เขตพื้นที่ร้อนอากาศจะร้อน

且盆替龍阿軋甲龍

熱帶地區的氣候好熱！

B: คุณเคยชินอากาศที่นี่ไหม

坤坑親阿軋替逆埋

你習慣這裡的氣候嗎？

A: เคยชินแล้ว หน้าร้อนที่นี่ฝนตกบ่อยไหม

坑親察 那龍替逆逢朵百埋

還習慣。這裡夏天會不會常常下雨？

B: ทุกปีของเดือนตุลาคมถึงมีนาคมเป็นฤดูฝน ฝนจึงตกบ่อย

兔逼孔拎都拉空騰咪拿空乒勒嚕逢 逢珍朵百

每年十月到次年三月的雨季才常下雨。

A: ช่วงนี้อากาศเป็นอย่างไรบ้าง

串尼阿軋冰養菜棒

最近天氣怎麼樣？

B: อากาศจะเปียกชื้นและอบอ้าว

阿軋甲癟陳列哦澳

天氣比較潮濕悶熱。

A: ฤดูหนาวจะมีหิมะตกไหม

路督撓甲咪喜罵朵埋

冬天會不會下雪？

B: ที่นี่หิมะไม่ตก

替逆喜罵麥朵

這裡不會下雪。

A: หนาวมากไหม
撓罵埋
會不會很冷？

B: อุณหภูมิที่นี่สูงร้อนจัดทั้งปี
恩那哈矸替逆礜龍甲譚逼
這裡全年高溫炎熱。

泰文	拼音	中文
อากาศ	阿軋	天氣
พยากรณ์อากาศ	趴壓公阿軋	天氣預報
อุณหภูมิ	恩那哈矸	溫度
ร่ม	儱	雨傘
เสื้อกันฝน	社甘逢	雨衣
รายงานพยากรณ์อากาศ	來因怕壓公阿軋	天氣報告
อากาศมืดครึ้ม	阿軋悶懇	陰天
อากาศสดใส	阿軋所骰	晴天
มีลม	咪掄	起風
ฝนตก	逢朵	下雨
พายุไต้ฝุ่น	趴辱代嗦	颱風
ฟ้าร้อง	罰龍	打雷
ฟ้าแลบ	法烈	閃電

泰文	拼音	中文
ฝนตก	逢朵	雷陣雨
หิมะตก	很罵朵	下雪
แผ่นดินไหว	品拎甬	地震
หนาว	腦	冷
ร้อน	儱	熱
ร้อนอบอ้าว	儱哦澳	悶熱
แห้งแล้ง	恨林	乾燥
เปียกชื้น	癢勤	潮濕
ฤดูแล้ง	路督林	乾季
ฤดูฝน	路督逢	雨季
ฤดูใบไม้ผลิ	路督掰埋扒禮	春天
ฤดูร้อน	路督輪	夏天
ฤดูใบไม้ร่วง	路督掰埋亂	秋天
ฤดูหนาว	路督腦	冬天
เขตร้อน	且輪	熱帶
เขตอบอุ่น	且哦恩	溫帶
ทะเลทราย	踏咧篩	沙漠
ยอดเขา	弱烤	高山

第 9 章

請問現在幾點？

ขอถามหน่อย ตอนนี้กี่โมง

殼棠乃 東尼給矇

MP3-10

---

30 秒記住這個說法！

❶ ขอถามหน่อย ตอนนี้กี่โมง

殼棠乃 東尼給矇 　　　　　　　　　　請問現在幾點？

---

❷ ปกติตื่นกี่โมง

跛軋底等給矇 　　　　　　　　　　平常幾點起床？

---

❸ ปกตินอนกี่โมง

跛軋底農給矇 　　　　　　　　　　平常幾點睡覺？

---

❹ คุณเข้างานกี่โมง

坤告囝給矇 　　　　　　　　　　你幾點上班？

---

❺ อีกนานเท่าใด ถึงจะสิบโมง

伊囡套呆騰甲始蒙 　　　　　　　　還有多久到十點？

---

❻ เหลืออีกห้านาที ถึงจะสิบโมง

樂伊哈拿梯騰甲始矇 　　　　　　　還有五分鐘到十點。

---

❼ จำไว้ต้องมาตรงต่อเวลา

將臽涷嗎東朵威拉 　　　　　　　　記得準時到。

---

❽ ห้ามมาสาย

漢嗎骰 　　　　　　　　　　　　不要遲到。

---

❾ จะถึงสิบสองโมงแล้ว

甲騰始聳矇寮 　　　　　　　　　快到十二點了。

---

❿ รายการเริ่มกี่โมง

來甘楞給曚 節目幾點開始？

1 ตอนนี้บ่ายสองแล้ว 東尼百聳廖

現在已經兩點了。

ตอนนี้บ่ายสองครึ่งแล้ว 東尼百聳揩廖

現在已經兩點半了。

ตอนนี้บ่ายสองยี่สิบห้านาทีแล้ว 東尼百聳亦始哈拿踢廖

現在已經兩點二十五分了。

ตอนนี้บ่ายสามโมงแล้ว 東尼百傘曚廖

現在已經三點。

2 ปกติตื่นกี่โมง 跛軋底等給曚

平時幾點起床？

ปกติกินข้าวเที่ยงกี่โมง 跛軋底金靠瑱給曚

平時幾點吃午飯？

ปกติกินข้าวเย็นกี่โมง 跛軋底金靠音給曚

平時幾點吃晚飯？

3 อีกห้านาทีก็สิบโมงแล้ว 伊哈拿踢過始曚廖

再過五分鐘就十點。

อีกสิบนาทีก็สิบโมงแล้ว 伊始拿踢過始曚廖

再過十分鐘就十點。

อีกสิบห้านาทีก็สิบโมงแล้ว 伊使哈拿踢過始曚廖

再過十五分鐘就十點。

4 รายการคืนนี้เริ่มแสดงเวลาสองทุ่ม   來剛坑尼楞傻顛威拉聳痛

節目今天晚上八點鐘開演。

วันนี้หนังเริ่มฉายเวลาสามทุ่ม   汪尼南楞才威拉賞痛

電影今天晚上九點鐘開演。

คอนเสิร์ตเริ่มแสดงเวลาหนึ่งทุ่ม   空蛇楞傻顛威拉能痛

演唱會今天晚上七點鐘開演。

■聊天室

A: เย็นวันนี้มีคาบวิชาเรียนไหม

英彎逆咪髂玉掐蓮埋

你今天下午有沒有課？

B: มี ฉันจะเรียนวิชาอังกฤษ

咪 強甲蓮玉掐安幾

有，我要上英文課。

A: เริ่มเรียนกี่โมง

楞蓮給矇

幾點開始上課？

B: บ่ายสองโมงตรง

白聳矇東

兩點整。

A: เรียนถึงกี่โมง

蓮騰給矇

上到幾點？

B: เรียนสามชั่วโมง ห้าโมงเลิกเรียน

蓮嗓挫矇 哈矇樂蓮

上三個小時，五點下課。

A: หลังเลิกเรียนไปดูหนังด้วยกัน
郎樂蓮掰嚕南累甘
下課後一起去看電影吧？

B: ดูหนังอะไร
嚕南阿萊
看什麼電影？

A: ลองไปดูซิ ฉันชอบดูหนังฝรั่งที่เริ่มเข้าโรง
掄掰嚕係　強綽嚕南罰朗替楞靠掄
去再看看，我想看新上映的西洋片。

B: ได้ซิ ฉันอยากดูมาก
賴係　強亞嚕罵
好的，我很想看。

單字易開罐

泰文	拼音	中文
หนึ่งนาที	能拿梯	一分
หนึ่งวินาที	能玉拿梯	一秒
ห้านาที	哈拿梯	五分鐘
สิบห้านาที	始哈拿梯	十五分鐘
ชั่วโมง	挫矇	小時
สิบสองโมงตรง	始聳矇東	十二點整
กี่โมง	給矇	幾點
วันนี้	彎尼	今天
เมื่อวาน	末彎	昨天
พรุ่งนี้	碰尼	明天

泰文	拼音	中文
เมื่อวานก่อน	末彎拱	前天
ตื่นนอน	等農	起床
นอนหลับ	暖唎	睡覺
เข้างาน	靠囝	上班
เข้าเรียน	靠蓮	上課
รายการ	來甘	節目
หนัง	南	電影
หนังฝรั่ง	南法朗	西洋片
คอนเสิร์ต	空蛇	演唱會
การแสดงรำพื้นเมือง	甘傻顛啷盆悶	民俗舞蹈表演

遊泰豆知識

有求必應的「四面佛」

　　四面佛應為大梵天王，在印度婆羅門教及佛經中皆有記載，但因祂的形象是四張頭臉的神祇，於是大家都習慣稱之為四面佛。

　　四面佛的八隻手分別拿著代表成就的權杖、代表消災驅魔的明輪、代表賜福的法螺、代表輪迴的唸珠、代表智慧的佛經、代表法力的令旗、代表有求必應的甘露瓶，還有打著手印的是代表庇祐。

　　四面佛廟是香火鼎盛的廟宇之一，據說無論是求事業、平安、發財、婚姻等都能讓願望實現，真是如此，可別忘了要還願喔！

第 10 章

你家有幾個人？

บ้านคุณมีสมาชิกกี่คน

半坤咪傻嗎企給昆

MP3-11

30 秒記住這個說法！

❶ บ้านคุณมีสมาชิกกี่คน

半坤咪傻嗎企給坤　　　　　　　你家有幾個人？

❷ คุณมีพี่น้องกี่คน

坤咪譬農給坤　　　　　　　您有幾個兄弟姐妹？

❸ บ้านฉันมีสามพี่น้อง

半強咪善譬弄　　　　　　　我家有三個兄弟姐妹。

❹ ฉันมีพี่ชายสองคนและน้องสาวหนึ่งคน

強咪譬拆聳昆烈農杓能昆　　　　　　　我有兩個哥哥和一個妹妹。

❺ คุณมีบุตรไหม

坤咪補埋　　　　　　　你有沒有小孩？

❻ ฉันมีลูกสาวหนึ่งและลูกชายหนึ่ง

強咪路杓能烈路猜能　　　　　　　我有一個女兒、一個兒子。

❼ บ้านพักคุณอยู่ที่ไหน

半怕坤如替乃　　　　　　　你住在哪裡？

❽ ฉันพักอยู่ที่กรุงเทพ

強怕乳替公帖　　　　　　　我住在曼谷。

❾ พ่อแม่คุณทำอะไร

破滅坤貪阿萊　　　　　　　你父母做什麼的？

57

⑩ พ่อฉันเป็นแพทย์ แม่เป็นอาจารย์

破強冰搬片 滅冰阿將　　　　　　　　　　我爸爸是醫生，媽媽是老師。

⑪ ฉันทำงานอยู่ที่ธนาคาร

強貪因乳替踏拿堪　　　　　　　　　　我在銀行做事。

一說就會練習區

1 ฉันพักอยู่ที่กรุงเทพ　　　　　　　強怕乳替公帖
我住在曼谷。

ฉันพักอยู่ที่เชียงใหม่　　　　　　　強怕乳替千埋
我住在清邁。

ฉันพักอยู่ในเมือง(อยุธยา)　　　　　強怕乳乃悶（阿入他壓）
我住在大城（艾尤他雅）。

ฉันพักอยู่ที่ไทเปไต้หวัน　　　　　　強怕乳替苔憋代灣
我住在台灣台北。

2 คุณมีพี่น้องไหม　　　　　　　　　坤咪譬弄買
你有兄弟姐妹嗎？

คุณมีเพื่อนชายไหม　　　　　　　　坤咪盆拆埋
你有男朋友嗎？

คุณมีเพื่อนหญิงไหม　　　　　　　　坤咪盆瑩埋
你有女朋友嗎？

คุณมีลูกไหม　　　　　　　　　　　坤咪路埋
你有小孩嗎？

3 ฉันมีพี่ชายหนึ่งคน　　　　　　　　強咪譬拆能坤
我有一個哥哥。

58

ฉันมีพี่สาวหนึ่งคน　　　　　　強咪譬杓能坤

我有一個姊姊。

ฉันมีน้องสาวหนึ่งคน　　　　　強咪弄杓能坤

我有一個妹妹。

ฉันมีลูกชายหนึ่งคน　　　　　強咪路拆能坤

我有一個兒子。

---

4 ฉันทำงานอยู่ที่ธนาคาร　　　強貪囡乳替踏那堪

我在銀行做事。

ฉันทำงานอยู่ที่ภัตตาคาร　　　強貪囡乳替帕搭堪

我在餐廳做事。

ฉันทำงานอยู่ที่บริษัทพาณิชย์　強貪囡乳替玻哩傻趴逆

我在貿易公司做事。

ฉันทำงานอยู่ที่บริษัทธุรกิจของชาวต่างชาติ

強貪囡乳替玻哩傻兔蠟幾孔敲黨洽

我在外商公司做事。

■聊天室

A: เด็กรูปถ่ายใบนี้น่ารักมาก ลูกใครเหรอ

跌鹿胎抬掰尼那蠟罵　鹿開了

這張照片的小孩很可愛，是誰啊？

B: คนนี้คือฉันเอง

坤尼科強恩

這個是我。

A:　คนที่อุ้มคุณคือพ่อแม่ของคุณหรือเปล่า
　　坤替摁坤科破滅孔坤了保
　　抱著你的是不是你父母？

B:　ใช่ พวกเขาคือพ่อแม่ของฉัน
　　蔡　袝考科破滅孔強
　　是的，他們是我父母。

A:　คุณมีพี่น้องหรือไม่
　　坤咪鬮農了賣
　　你有沒有兄弟姊妹？

B:　ฉันมีน้องชายคนหนึ่ง
　　強咪農拆空能
　　我有一個弟弟。

A:　พ่อแม่คุณทำงานอะไร
　　破滅坤貪安阿萊
　　你父母是做什麼的？

B:　พ่อเป็นวิศวกร แม่เป็นแม่บ้าน
　　破冰玉傻襪恭　滅冰滅半
　　爸爸是工程師，媽媽是家庭主婦。

A:　ตอนนี้คุณพักอยู่คนเดียวหรือ
　　東尼坤怕乳坤溜了
　　你現在一個人住嗎？

B:　ไม่ใช่ ฉันพักอยู่กับคนในครอบครัว
　　麥蔡　強怕乳嘎坤壋括誇
　　不是，我跟家人一起住。

單字易開罐

泰文	拼音	中文
ครอบครัว	括誇	家庭
คนในบ้าน	坤乃辦	家人
พี่น้อง	譬弄	兄弟姊妹
พ่อ	破	爸爸
แม่	滅	媽媽
พี่ชาย	譬猜	哥哥
น้องสาว	農杓	妹妹
พี่สาว	譬杓	姊姊
ครูบาอาจารย์	窟巴阿將	老師
ลูก/บุตร	路/補	小孩
กรุงเทพฯ	公帖	曼谷
เชียงใหม่	千埋	清邁
เมือง (อยุธยา)	悶（阿入他雅）	大城（艾尤他雅）
ไต้หวัน	代玩	台灣
ไทเป	苔憋	台北
บริษัทพาณิชย์	玻哩傻趴逆	貿易公司
ธนาคาร	踏那堪	銀行
ภัตตาคาร	帕答堪	飯店
หน่วยงานของรัฐ	餒困孔臘	政府部門
รูปถ่าย	陸抬	照片
วิศวกร	玉傻襪公	工程師

第 11 章

這棟是什麼建築物？

ตึกนี้เป็นสิ่งก่อสร้างอะไร

MP3-12

等尼冰醒果上阿來

30 秒記住這個說法！

❶ ตึกนี้เป็นสิ่งก่อสร้างอะไร

等尼冰醒果上阿來　　　　　　　　　　這棟是什麼建築物？

❷ คุณเคยไปเยาวราชไหม

坤坑掰夭哇蠟埋　　　　　　　　　　你有沒有去過唐人街？

❸ คุณมาเมืองไทยนานเท่าไหร่

坤嗎悶苔困套來　　　　　　　　　　你來泰國多久了？

❹ ฉันมากรุงเทพสามเดือนแล้ว

強嗎公帖 拎寮　　　　　　　　　　我來曼谷三個月了。

❺ เมื่อก่อนคุณเคยมาเมืองไทยไหม

末鞏坤坑嗎悶苔埋　　　　　　　　　你以前有來過泰國嗎？

❻ ไม่เคยมา

麥坑嗎　　　　　　　　　　　　　　沒有來過。

❼ คุณเคยไปเที่ยวชมที่ไหนบ้าง

坤坑掰透充替乃半　　　　　　　　　你參觀過什麼地方？

❽ ฉันเคยไปแค่วัดพระแก้วและพระราชวัง

強坑掰客襪帕叫列怕臘恰汪　　　　　我只有去過玉佛寺、皇宮。

❾ พระราชวังเปิดถึงกี่โมง

怕臘恰汪跛疼給矇　　　　　　　　　皇宮開放到幾點？

⑩ ฉันอยากถ่ายรูปที่นี่

強亞抬陸替逆　　　　　　　　　　我想在這裡照一張相。

一說就會練習區

---

1 เมื่อก่อนคุณเคยมากรุงเทพไหม
你以前有來過曼谷嗎？

末鞏坤坑嗎替公帖埋

เมื่อก่อนคุณเคยมาที่เชียงใหม่ไหม
你以前有來過清邁嗎？

末鞏坤坑嗎替千買埋

เมื่อก่อนคุณเคยมาไต้หวันไหม
你以前有來過台灣嗎？

末鞏坤坑嗎代玩埋

---

2 ฉันมากรุงเทพสามเดือนแล้ว
我來泰國三個月了。

強嗎公帖 拎寮

ฉันมาไต้หวันห้าเดือนแล้ว
我來台灣五個月了。

強嗎代王哈拎寮

ฉันมากรุงเทพหนึ่งปีแล้ว
我來曼谷一年了。

強嗎公帖能逼寮

---

3 ฉันเคยไปเชียงใหม่
我去過清邁。

強坑掰千買

ฉันเคยไปภูเก็ต
我去過普吉島。

強坑掰撲給

ฉันเคยไปพัทยา
我去過芭達雅。

強坑掰怕它呀

ฉันเคยไปอยุธยา
我去過大城（艾尤他雅）。

強坑掰阿又他呀

A: ครั้งก่อนคุณไปกรุงเทพสนุกไหม
扛鞏坤掰公帖傻努埋
你上次去曼谷好不好玩？

B: สนุกดี พวกเราไปสามวัน
傻努哩　破撈掰閃汪
好玩，我們去了三天。

A: พวกเธอไปเที่ยวที่ไหนบ้าง
破疼掰透替乃棒
你們去過哪些地方？

B: ไปที่วัดพระแก้ว วัดอรุณ
掰替襪杷叫　襪阿掄
去過玉佛寺、黎明寺等。

A: ได้ไปที่ตลาดน้ำหรือไม่
賴掰惕搭剌南了賣
有沒有去水上市場？

B: มี และยังมีนั่งเรือล่องแม่น้ำเจ้าพระยา
咪　列夾咪難了銜滅南叫怕呀
有，還有去坐船遊湄南河（昭披耶河）。

A: คุณมีความรู้สึกเป็นอย่างไร
坤咪寬盧使冰養萊
你覺得怎樣？

B: ทิวทัศน์ทางโน้นสวยงามมาก
偷踏湯農水安罵
那裡風景很美。

A: สถานที่ไหนมีจุดเด่น
傻談替乃咪主典

有什麼地方特色？

B: สิ่งก่อสร้างของวัดพิเศษมาก

　醒果上孔襪譬寫罵

　寺廟建築很特別。

曼谷的著名寺廟

　　首先要介紹的是極具藝術氣息的大王宮，由於歷年來不斷改建，大王宮建築饒富變化，乃至內部雕刻、裝潢都非常值得欣賞。與其相鄰的玉佛寺因為供奉一尊由翡翠玉雕成的佛像而馳名，而整座寺廟皆以金箔妝點，可説是燦爛奪目、金碧輝煌。大王宮與玉佛寺的參觀費用為125泰銖，開放時間是8：30~15：30。

　　金山寺是境內相當高的一個佛塔，也確如其名，閃爍著熠熠金光，由於供奉印度的佛陀舍利子，所以成為東南亞的佛教聖地，參觀費用為10泰銖，如欲登上塔頂再加2泰銖，開放時間則為8：00 ~17：00。

單字易開罐

泰文	拼音	中文
สิ่งก่อสร้าง	醒果上	建築物
บ้านพัก	辦怕	住宅
อาคารสำนักงาน	阿康 那安	辦公大樓
สวนสาธารณะ	爽啥它拉那	公園
โรงเรียน	搶拎	學校
ท่าเรือ	踏了	碼頭
เชิญชม	稱充	參觀

泰文	拼音	中文
รูปถ่าย	陸抬	相片
กลางเมือง	甘悶	市中心
ภูเก็ต	撲給	普吉島
แม่น้ำเจ้าพระยา	滅南叫怕呀	湄南河（昭披耶河）
ทิวทัศน์	偷踏	風景

遊泰豆知識

信不信由你博物館

　　Ripley's Believe It or Not Museum位於芭達雅，館內所展示的是由美國作家Ripley旅遊世界各地所蒐集珍藏的物件，再加以處理，以各種方式呈現出來，裡頭包括了大量圖片、蠟像的展覽，還有波形隧道、變形鏡、座位會移動的視聽館、會演講的機器人等。

　　這是Ripley集團在世界的第25個分館，可見其受歡迎程度，到了芭達雅，記得到「信不信由你博物館」內走一遭，增廣自己的見聞，相信一定會有豐富的收穫。

第 12 章

我最喜歡看電影。

ฉันชอบดูหนังมาก

強錯督南罵

MP3-13

30 秒記住這個說法！

❶ คุณชอบดูหนังอะไร

坤錯督南阿萊 　　　　　　　　　　你喜歡看什麼電影？

❷ ฉันชอบดูหนังฝรั่ง

強錯督南罰藍 　　　　　　　　　　我喜歡看西洋片。

❸ วันนี้โรงหนังเต็ม

彎尼掄南丁 　　　　　　　　　　　今天電影院客滿。

❹ ไปโรงหนังดูหนัง

掰掄南督南 　　　　　　　　　　　去電影院看電影。

❺ ช่วงนี้มีหนังใหม่อะไรออกฉาย

串尼咪南買阿萊喔才 　　　　　　最近有什麼新的電影上演？

❻ ได้ยินว่าหนังเรื่องนี้น่าดูมาก

賴英襪南亮尼那督罵 　　　　　　聽說這部電影很好看。

❼ ฉันไม่ชอบดูหนังสยองขวัญ

強賣錯督南傻永狂 　　　　　　　我不喜歡看恐怖片。

❽ หนังเรื่องนี้ชื่ออะไร

南亮尼賜阿萊 　　　　　　　　　這部電影叫什麼名字？

❾ หนังเรื่องนี้ได้กล่าวถึงอะไร

南亮尼賴稿疼阿萊 　　　　　　　這部電影是講什麼的？

⑩ ฉันต้องการซื้อตั๋วสองใบ

牆 剛實奪僷掰   我要買兩張電影票。

一說就會練習區

1 วันนี้ไปดูหนัง   彎尼掰督南

今天去看電影。

วันนี้ไปดูคอนเสิร์ต   彎尼掰督空蛇

今天去聽演唱會。

วันนี้ไปดูกระเทยโชว์   彎尼掰督軋貼搓

今天去看人妖秀。

2 ฉันชอบดูหนังฝรั่ง   強錯督南罰藍

我喜歡看西洋片。

ฉันชอบดูหนังวรรณคดี   強錯督南汪那喀哩

我喜歡看文藝片。

ฉันชอบดูหนังกังฟู   強錯督南甘夫

我喜歡看武打片。

ฉันชอบดูหนังแอ็คเฟ็ค   強錯督南誒肥

我喜歡看動作片。

ฉันชอบดูหนังการ์ตูน   強錯督南嘎東

我喜歡看卡通片。

ฉันชอบดูหนังวรรณคดี   強錯督南汪那喀哩

我喜歡看文藝片。

ฉันชอบดูหนังชีวิตรัก   強錯督南七玉辣

我喜歡看愛情片。

3 หนังเรื่องนั้นแสดงอะไร

那部電影在演什麼？

南烽南傻顛阿萊

การเต้นรำเรื่องนั้นแสดงอะไร

那齣舞蹈在演什麼？

剛電嘟亮南傻顛阿萊

ละครเพลงเรื่องนั้นแสดงอะไร

那部歌劇在演什麼？

臘空拼亮南傻顛阿萊

ละครทีวีเรื่องนั้นแสดงอะไร

那部電視劇在演什麼？

辣空梯迂亮南傻顛阿萊

■聊天室

A: ตอนเย็นวันนี้คุณจะทำธุระอะไร

東因彎尼坤甲湯兔辣阿萊

今天下午你有什麼事要做嗎？

B: ไม่มี คุณหละ

賣咪　坤邋

沒有，你呢？

A: จะไปฟังเพลงด้วยกันไหม

甲掰芳拼累甘埋

要不要一起去聽音樂會？

B: ดี แต่ฉันไม่ชอบฟังเพลงร๊อค

哩　跌強麥綽芳拼落

好，但是我不喜歡聽搖滾音樂。

A: ไม่งั้นเราไปฟังการแสดงเปียนโน

賣南撈掰芳剛傻顛憋呢

那麼我們去聽鋼琴演奏。

B: ดี

哩

好的。

A: ฟังเขาว่าต้องใช้เวลาสามชั่วโมง

方考襪動柴威拉賞綽悶

聽說總共要3個小時。

B: ทางที่ดีคุณไปซื้อตั๋วก่อน

貪替哩坤掰十奪拱

你最好先去買票。

單字易開罐

泰文	拼音	中文
หนัง ภาพยนต์	南 怕趴庸	電影
โรงหนัง โรงภาพยนต์	掄南 掄怕趴庸	電影院
ที่นั่งเต็ม	替難丁	客滿
ช่วงนี้	串尼	最近
ออกฉาย	哦柴	上演
ซื้อตั๋ว	十奪	買票
น่าดู	那嚕	好看
หนังสยองขวัญ	南啥永狂	恐怖片
หนังวรรณคดี	南汪那髂哩	文藝片
หนังชีวิตรัก	南七唯辣	愛情片
หนังแอ็คเฟ็ค	南誒肥	動作片
หนังกังฟู / หนังบู๊	南甘夫/南不	武打片
หนังการ์ตูน	南嘎敦	卡通片

泰文	拼音	中文
ละครลิเก	辣空麗給	歌劇
ดนตรีร็อค	摘哩落	搖滾音樂
การแสดงเปียนโน	甘殺顛邊呢	鋼琴演奏
ดนตรีคลาสสิค	摘滴喀啦西（喜）	古典音樂
คอนเสิร์ต	空拾	演唱會
กระเทยโชว์	嘎推搓	人妖秀

遊泰豆知識

境內交通情報

　　雖然泰國各城鎮的交通工具不盡相同，但小型巴士是較普遍的，車費約五泰銖左右，計程車的話，則通常採上車議價的方式，記得先講好價錢再出發。

　　泰國有一種獨特的交通工具是「Tuk-Tuk」，最早是以貨車改裝而成，現在已慢慢出現電 的Tuk-Tuk了。有趣的還有傳統的三輪車、載客用的摩托車、加裝木板為座位的小貨車等。

　　泰國承認台灣的國際駕照，所以也可以考慮租車，只是泰國的車輛是靠左行駛，所以駕駛位置、排檔等都和台灣相反，要租車的話必須對自己的開車技術相當有把握才行。

第 13 章

這次的旅行如何？

การท่องเที่ยวครั้งนี้เป็นอย่างไร

MP3-14

甘痛透扛尼冰養來

30 秒記住這個說法！

❶ การท่องเที่ยวครั้งนี้เป็นอย่างไร

　　甘痛透扛尼冰養萊　　　　　　　　這次的旅行如何？

❷ ไปเที่ยวฮ่องกงสนุกไหม

　　掰透閣公傻奴埋　　　　　　　　去香港好不好玩？

❸ พวกคุณเคยไปเที่ยวที่ไหน

　　迫坤坑掰透替乃　　　　　　　　你們去過哪裡玩？

❹ ไปกับทัวร์หรือไปเอง

　　掰軋禿了掰恩　　　　　　　　　跟團去還是自己去？

❺ เส้นทางที่พวกคุณไปคืออะไร

　　現貪替破坤掰科阿萊　　　　　　你們的路線是什麼？

❻ ไปพำนักพักที่ฮ่องกงกี่วัน

　　掰兵那怕替閣公給彎　　　　　　你們在香港逗留了多久？

❼ ยื่นเอกสารออกนอกประเทศเสร็จหรือยัง

　　任耶嘎閃哦諾巴帖協了央　　　　出國手續辦好了沒有？

❽ พวกเราพำนักพักที่ฮ่องกง4วัน

　　迫撈兵那帕替閣公喜彎　　　　　我們在香港逗留了四天。

❾ ซื้อประกันภัยท่องเที่ยวหรือเปล่า

　　實巴甘拍痛透勒電　　　　　　　有沒有買旅行保險？

⑩ ต้องยื่นเอกสารอะไรบ้าง
洞認誒嘎賞阿萊棒　　需要些什麼手續？

一說就會練習區

1 การท่องเที่ยวครั้งนี้เป็นไง　甘痛透扛尼冰哀
這次的旅行怎麼樣？

การไต่เขาครั้งนี้เป็นไง　甘逮考扛尼冰哀
這次的爬山怎麼樣？

การปิ้งเนื้อบาร์บิคิวครั้งนี้เป็นไง　甘病能八逼邱扛尼冰哀
這次的烤肉怎麼樣？

2 ไปฮ่องกงสนุกไหม　掰閧公傻奴埋
去香港好不好玩呀？

ไปญี่ปุ่นสนุกไหม　掰一本傻奴埋
去日本好不好玩呀？

ไปอเมริกาสนุกไหม　掰阿咩哩嘎傻奴埋
去美國好不好玩呀？

3 ไปกับทัวร์หรือไปเอง　掰嘎禿了掰恩
跟團去還是自己去呀？

ต่อรถไปหรือนั่งเรือไป　躲落掰勒難了掰
搭車去還是坐船去呀？

เดินทางไปหรือขับขี่จักยานไป　登湯掰勒卡起甲嘎央掰
走路去還是騎自行車去呀？

นั่งรถไฟไปหรือนั่งรถเมล์ไป　難落飛掰勒難落咩掰
坐火車去還是坐公車去呀？

4 ยื่นเอกสารออกนอกประเทศเสร็จหรือยัง 任耶嘎閃哦諾巴帖協勒央

出國手續辦好了沒？

หนังสือเดินทางเสร็จหรือยัง 南十登湯寫勒央

護照辦好沒？

ขอวีซ่าหรือยัง 殼淤煞勒央

簽證辦好沒？

■聊天室

A: พวกคุณจะกลับมาเมื่อไหร่ การท่องเที่ยวเป็นไงบ้าง

迫坤甲嘎嗎莫萊　甘痛透冰哀棒

你們什麼時候回來的？旅行怎樣？

B: พวกเราไม่ได้ไปที่ไหนเลย

迫撈賣賴掰替乃勒

我們哪裡都沒有去。

A: ทำไมเป็นอย่างนี้ เกิดอะไรขึ้น

貪埋冰養尼　格阿萊揹

怎麼會這樣？發生什麼事？

B: ซวยจริง ๆ

滾經經

唉！真是倒霉。

A: คุณได้ไปที่อื่นหรือเปล่า

坤賴掰替恩了保

你有沒有去過別的地方？

B: ไม่มี วันนั้นมีพายุไต้ฝุ่น เครื่องหยุดบิน

麥咪　灣難咪趴又代粉　揹乳冰

沒有，那天颳颱風，飛機就取消了。

A: ไม่นึกว่าจะกลายเป็นอย่างนี้

麥嫩襪甲該冰養尼

真想不到會變成這樣。

B: สรุปคือไม่ได้ไป

傻魯科麥賴掰

總之就是沒去成。

A: ไม่เป็นไร ไว้คราวหลังค่อยไป

賣冰來　歪考欄快掰

沒有關係，下次再找機會去。

單字易開罐

泰文	拼音	中文
ท่องเที่ยว	痛透	旅行
พำนักพัก	潘那怕	逗留
เส้นทาง	幸貪	路線
เอกสารออกประเทศ	耶嘎閃哦巴帖	出國手續
ประกัน	把甘	保險
ไต่เขา	歹考	爬山
ปิ้งเนื้อบาบีคิว	並能八逼邱	烤肉
หนังสือเดินทาง	南十登湯	護照
วีซ่า	淤煞	簽證
จักรยาน	甲嘎央	腳踏車
เครื่องบิน	掯冰	飛機
หยุดบิน	乳冰	停飛

第 14 章

改天再聊。

MP3-15

ไว้คุยวันหลัง

歪虧彎欄

---

30 秒記住這個說法！

❶ ไว้คุยวันหลัง

歪虧彎欄 　　　　　　　　　　　改天再聊。

---

❷ ไม่ต้องเกรงใจ

麥動更齋 　　　　　　　　　　　不用那麼客氣。

---

❸ คุณรอเดี๋ยว ฉันจะส่งคุณออกไป

坤囉劉 強甲聳坤哦掰 　　　　　您等一下，我送您出去。

---

❹ ฉันมีธุระ ต้องไปก่อน

強咪兔臘動掰共 　　　　　　　我有事，要先走。

---

❺ คุณเกรงใจแล้ว

坤跟齋廖 　　　　　　　　　　　您太客氣了。

---

❻ ว่าง ๆเขียนจดหมายให้ฉันนะ

旺旺前左埋亥強那 　　　　　　有空寫信給我。

---

❼ ขอให้คุณเดินทางโดยสวัสดิภาพ

柯亥坤拎貪勒傻瓦禮帕 　　　　祝您一路順風。

---

❽ ช่วยฝากความคิดถึงถึงครอบครัวคุณด้วย

翠法寬氣騰騰括誇坤類 　　　　幫我問候你家人。

---

❾ ขอให้คุณเดินทางโดยสนุกสนาน

柯亥坤拎貪堆傻努傻南 　　　　祝您旅途愉快！

---

⑩ ค่อย ๆไปนะ

快快掰那 　　　　　　　　　　慢走，慢走。

1 ลาก่อน ช่วยฝากความคิดถึงถึงครอบครัวคุณด้วย

拉滾　翠法寬氣騰騰括誇坤類

再見，幫我問候你家人。

ลาก่อน ฝากความคิดถึงถึงพ่อแม่คุณด้วย

拉滾　法寬氣騰騰破滅坤類

再見，幫我問候你父母。

ลาก่อน ฝากความคิดถึงถึงคุณผู้หญิงด้วย

拉滾　法寬氣騰騰坤舖銀類

再見，幫我問候你太太。

2 ขอให้คุณเดินทางโดยสวัสดิภาพ　　　柯亥坤拎貪堆傻瓦禮帕

祝你旅途愉快！

ขอให้คุณทำงานราบรื่น　　　　　　　殼亥坤貪図臘楞

祝你工作順利！

ขอให้ร่างกายคุณแข็งแรง　　　　　　殼亥爛該坤肯拎

祝你身體健康！

ขอให้การเรียนคุณก้าวหน้า　　　　　殼亥甘拎坤告那

祝你學業進步！

3 ฉันมีธุระ ต้องขอตัวก่อน　　　　　　強咪兔臘　殼多滾

我有事情，要先走。

ฉันมีประชุม ต้องขอตัวก่อน　　　　　強咪把衝涷殼多滾

我有會要開，要先走。

77

ฉันมีธุระงานต้องทำ ขอตัวก่อน

強咪兔臘安凍湯　殼多滾

我有公事要辦，要先走。

ฉันมีกิจการงานต้องจัดการ ต้องขอตัวก่อน

強咪給甲剛安　甲剛　殼多滾

我有業務要處理，要先走。

---

4 มาลี ลาก่อน　　　　　　　　瑪麗　拉羣

瑪麗，再見。

มาลี เจอกันพรุ่งนี้　　　　　　瑪麗　遮甘碰尼

瑪麗，明天見。

มาลี เจอกันสัปดาห์หน้า　　　　瑪麗　遮甘傻搭那

瑪麗，下禮拜見。

■聊天室

A: ไม่รบกวนคุณแล้ว ขอตัวก่อน

麥落關坤廖　咳多滾

別麻煩你了，我要先走了。

B: ยังเช้าอยู่เลยจะไปแล้วหรือ

央僑乳勒甲掰廖了

那麼早就要走了？

A: วันนี้ต้องกลับบ้านกินข้าวเช้าหน่อย

彎尼　軋棒今靠朝乃

今天要早點回家吃飯。

B: ตกลง วันหลังค่อยมาใหม่

躲掄　彎蘭快媽買

好，下次再來坐。

A: ดี

哩

好的。

B: รอเดี๋ยวนะ ฉันจะไปส่ง

囉丟那　強甲掰笙

等一下，我送你。

A: ไม่ต้องเกรงใจ

麥凍跟摘

不用那麼客氣了。

B: ไม่ต้องเกรงใจกับฉัน

麥凍跟摘嘎強

別跟我客氣。

A: เกรงใจจังเลย

跟摘將勒

不好意思！

B: อย่าลืมฝากความคิดถึงถึงครอบครัวคุณด้วย

亞拎法寬氣騰騰括誇坤類

記得幫我問候你家人。

單字易開罐

泰文	拼音	中文
ลาก่อน	拉滾	再見
มารยาท	嗎啦亞	禮貌
เกรงใจ	跟摘	客氣
รอเดี๋ยว รอซักครู่	囉劉 囉煞庫	等一下
ไปก่อน	掰滾	先走

泰文	拼音	中文
เดินทางโดยสวัสดิภาพ	拎湯堆傻瓦底怕	一路順風
เขียนจดหมาย	前卓埋	寫信
คนในบ้าน	空乃半	家人
ถามไถ่	談抬	問候
ขอตัวก่อน	殼多滾	失陪
ลาก่อน	拉滾	告辭
รบกวน	落關	麻煩
บ้าน	半	家
กินข้าว	經靠	吃飯
คราวหลัง	尻郎	下次

遊泰豆知識

泰國奇石館

　　位於曼谷的泰國奇石館，是由周鎮榮先生所創辦，遠近馳名。館內珍藏的石頭無奇不有，有長約兩公尺的大蟒蛇、重達一千多公斤的大龜，還有一塊半石半玉的特殊奇石。

　　奇石館內有來自各地數以萬計的美麗收藏，絕對和一般冷冰冰且樸實無華的石頭不同，另外還展有郵票、書畫、煙灰缸等，周鎮榮先生還因此而榮登世界名人錄，不實地走訪一趟，豈不太可惜？

第三篇　日常會話篇

第 15 章

這件衣服怎麼賣？

MP3-16

เสื้อตัวนี้ขายอย่างไร

設多尼凱養來

30 秒記住這個說法！

❶ เสื้อตัวนี้ขายอย่างไร

設多尼凱養萊　　　　　　　　　　請問這件衣服怎麼賣？

❷ สับปะรดเหล่านี้ขายอย่างไร

啥八落老尼凱養萊　　　　　　　　這些鳳梨怎麼賣？

❸ ฉันต้องการแอปเปิ้ลสิบลูก

強凍剛誒笨喜錄　　　　　　　　　我想要十個蘋果。

❹ รบกวนช่วยเอาเสื้อตัวนี้ให้ดูหน่อย

落光翠凹設多尼害督乃　　　　　　麻煩拿這件衣服我看一下。

❺ ลองใส่ได้ไหม

掄骰賴埋　　　　　　　　　　　　有沒有得試穿？

❻ ฉันต้องการได้รองเท้ากีฬา๑คู่เบอร์๓๗

強凍該賴掄套機拉能酷奔善喜姐　　我想要一雙三十七號的運動鞋。

❼ เล็กเกินไป มีใหญ่กว่านี้ไหม

烈跟掰 咪崖寡尼埋　　　　　　　　太小了，有沒有大一點的？

❽ เสื้อตัวนี้ราคาหนึ่งพันบาท

設多尼拉咖能潘把　　　　　　　　這件衣服要一千銖。

81

⑨ โทษที ฉันไม่มีเงินเศษ

拓梯 強麥咪能寫　　　　　　　　　　不好意思，我沒有零錢。

⑩ แพงเกินไป ลดหน่อยได้ไหม

拼跟掰 落乃賴埋　　　　　　　　　　太貴了，可以便宜一點嗎？

一說就會練習區

1 ฉันต้องการแอปเปิ้ลสิบลูก　　　　　強凍剛誒笨喜錄
我想要十個蘋果。

ฉันต้องการสับปะรดสองลูก　　　　　強凍剛啥八落聳錄
我想要兩顆鳳梨。

ฉันต้องการกล้วยหนึ่งหวี　　　　　　強　剛桂能于
我想要一串香蕉。

2 ช่วยเอารองเท้าคู่นั้นให้ดูหน่อย　　　翠凹掄套庫南害督乃
請拿那雙鞋給我看一下。

ช่วยเอาเสื้อเชิ้ตตัวนั้นให้ดูหน่อย　　　翠凹設徹多南害督乃
請拿那件襯衫給我看一下。

ช่วยเอากางเกงตัวนั้นให้ดูหน่อย　　　翠凹甘跟多南害督乃
請拿那件褲子給我看一下。

3 กระโปรงตัวนี้สั้นเกินไป　　　　　　嘎崩多尼善跟掰
這件裙子太短了。

กระโปรงตัวนี้หลวมเกินไป　　　　　嘎崩多尼戀跟掰
這件裙子太鬆了。

กระโปรงตัวนี้คับเกินไป　　　　　　嘎崩多尼喀跟掰
這件裙子太緊了。

■聊天室

A: คุณต้องการอะไร เชิญดูก่อน
坤涷甘阿萊　稱督滾
你想要些什麼？隨便挑。

B: เถ้าแก่ เอากางเกงตัวนั้นให้ดูหน่อยได้ไหม
套給　凹甘跟多南害督乃賴埋
老闆，可不可以拿那條牛仔褲給我看一下？

A: กางเกงสไตล์นี้เป็นที่ฮิตที่สุดในฤดูนี้
甘跟傻呆尼冰替賀替數乃魯度尼
這條褲子是本季最流行的款式。

B: มีห้องลองไหม
咪闊掄埋
有沒有得試穿？

A: ได้เลย เชิญทางนี้
賴勒　稱湯尼
好的，這邊請。

B: เป็นไง พอดีตัวไหม
冰挨　波哩多埋
怎樣？合不合身？

A: คับไปหน่อย อยากได้ใหญ่กว่านี้อีกเบอร์
喀掰乃　亞賴崖寡尼以玻
有點窄，我想要大一號。

B: ได้เลย หากว่ายาวเกินจะช่วยแก้ให้
賴類　哈襪腰跟甲翠介害
好的。如果太長可以幫你改短一點。

A: ถูกกว่านี้หน่อยได้ไหม
土寡尼乃賴埋
可不可以便宜點？

B: ลดให้คุณแล้วนะ

落害坤廖那

已經給你打折了。

泰式按摩

　　按摩在泰國可謂歷史悠久，早先是以按壓穴道的方式醫病，當然現在多數人是為了活絡筋骨，讓身體在一、兩個小時內獲得舒展。不習慣按摩的人一開始可能會覺得疼痛難受，不過漸漸地就有通體舒暢、無比舒適的感覺襲來囉！

　　在大王宮南面有一菩提寺，又稱臥佛寺，其內有一「泰國古式按摩學校」，大家去菩提寺參觀臥佛之外，也可看看他們是如何幫人按摩的喔！趁此見識見識傳統的按摩功夫。

單字易開罐

泰文	拼音	中文
สับปะรด	啥八落	鳳梨
แอปเปิ้ล	誒笨	蘋果
กล้วย	桂	香蕉
เสื้อกันหนาว	設乾腦	外套
เสื้อ	設	衣服
เสื้อเชิ้ต	設冊	襯衫
กางเกง	甘跟	褲子
กางเกงยีนส์	甘跟因	牛仔褲
รองเท้า	掄逃	鞋子

泰文	拼音	中文
ถุงเท้า	同逃	襪子
เน็คไท	聶苔	領帶
ราคา	拉咖	價錢
หนึ่งพันบาท	能潘把	一千銖
สองพันบาท	聳潘把	兩千銖
ถูก	土	便宜
รองเท้ากีฬา	掄逃機拉	運動鞋
เศษเงิน	寫能	零錢
ราคาเท่าไหร่	拉咖套來	多少錢
ลองใส่	掄骰	試穿
ห้องลองเสื้อ	闊掄設	試衣間

遊泰豆知識

物美價廉旅遊勝地

　　泰國的物價低廉、農產品豐富，各類工藝品、泰絲也很著名，對國人而言，泰國是「俗又大碗」的最佳旅遊國度。有傳統古蹟、自然美景、海洋風光，你可以悠閒自在的度假，或享受購物血拼的樂趣。

　　泰國讓人聯想到的圖像，如首都曼谷金碧輝煌、色彩豔麗的宮殿、寺廟建築，在炎陽下熠熠生光。水上市場特殊的庶民風情，熱鬧繽紛。

第 16 章

可以算便宜點嗎？

คิดถูกหน่อยได้ไหม

MP3-17

企土乃賴埋

30 秒記住這個說法！

❶ โอโห ทำไมคุณขายแพงจัง

喔活 貪買坤凱偏江

哇！怎麼你賣得這麼貴？

❷ ถูกที่สุดแล้ว

土替叔廖

已經是最便宜的了。

❸ ขาดทุนขายแล้วนะ

卡吞凱廖那

已經是賠本賣的了。

❹ คิดให้คุณถูกหน่อย

企害坤土乃

算你便宜一點。

❺ ฉันขอดูก่อน

強括督滾

我只是看看而已。

❻ เนื้อผ้าดีมากเลย

能怕哩罵勒

質料很好的。

❼ เถ้าแก่ คิดถูกหน่อยได้ไหม

套給 企土乃賴埋

老闆，可以算便宜點嗎？

❽ ซื้อเยอะจะคิดให้คุณถูกหน่อย

十熱甲企害坤土乃

多買算你便宜一點。

❾ ช่วยฉันห่อไว้

翠強火外

請替我包起來。

⑩ เงินฉันไม่พอ

能強賣波　　　　　　　　　　　我錢帶不夠。

一說就會練習區

1 กางเกงตัวนี้คิดฉันถูกหน่อยได้ไหม
這條褲子可以算我便宜點嗎？

剛跟多尼企強圖乃賴埋

เสื้อเชิ้ตตัวนี้คิดถูกหน่อยได้ไหม
這件襯衫可以算我便宜點嗎？

設撤多尼企圖乃賴埋

เสื้อตัวนี้คิดให้ฉันถูกหน่อยได้ไหม
這件衣服可以算我便宜點嗎？

設多尼企害強圖乃賴埋

รองเท้าคู่นี้คิดให้ฉันถูกหน่อยได้ไหม
這雙鞋子可以算我便宜點嗎？

掄套庫尼企害強圖乃賴埋

2 เนื้อผ้าเสื้อเชิ้ตตัวนี้เป็นอย่างไร
這件襯衫的質料怎麼樣？

能帕設撤多尼冰養萊

เนื้อผ้ากระโปรงตัวนี้เป็นอย่างไร
這件裙子的質料怎麼樣？

能帕嘎崩多尼冰養萊

เนื้อผ้าชุดสากลนี้เป็นอย่างไร
這套西裝的質料怎麼樣？

能帕處啥公尼冰養萊

3 ราคานี้ถูกที่สุดแล้ว
這個價錢是最便宜的。

拉咖尼圖替屬廖

ราคานี้ขาดทุนขายนะ
這個價錢是虧本賣的。

拉咖尼卡吞凱那

ราคานี้สมที่สุดแล้ว
這個價錢是很公道的。

拉咖尼傘替屬廖

4 หากซื้อเยอะคิดให้คุณถูกหน่อย
買多的話算你便宜點。

哈十熱企害坤圖乃

ซื้อเยอะลดให้คุณยี่สิบเปอร์เซ็นต์
買多的話給你打八折。

十熱落害坤一喜玻興

ซื้อเยอะลดให้คุณสามสิบเปอร์เซ็นต์
買多的話算你七折。

十熱落害坤嗓喜玻興

■聊天室

A: เถ้าแก่ ฉันอยากดูเนื้อผ้าแบบนี้หน่อย
套給　強呀督能帕瘋尼乃
老闆，我想看一下這種布料。

B: ผ้าไหมนี้เนื้อผ้าดีมาก
怕埋尼能帕哩罵
這種絲布料品質很好。

A: เนื้อผ้าแบบนี้ดี แต่แพงไปหน่อย
能帕別尼哩　跌拼掰乃
這種布的品質是不錯，不過有點貴。

B: หรือว่าคุณจะเลือกแบบนี้ แบบนี้ถูกกว่า
了襪坤甲肋別尼　別尼土寮
或者你選這種，這種比較便宜。

A: คิดให้ถูกหน่อยได้ไหม
企害土乃賴埋
可不可以算便宜一點？

B: คิดให้คุณยี่สิบเปอร์เซนต์
企害坤一喜玻興
算你八折好了。

A: ถ้าอย่างนั้นฉันเลือกสีแดงแบบนี้
踏養南牆樂昔拎癟尼
那麼我決定要紅色這種。

B: รวมทั้งหมดคือสามพันบาท ต้องการห่อไหม
啷棠抹科閃潘把 涑剛火埋
總共三千銖，要不要幫你包起來？

A: ดี ขอบคุณมาก
哩 殼坤罵
好的，謝謝。

單字易開罐

泰文	拼音	中文
ต่อราคา	奪拉咖	殺價
ลดราคา	落拉咖	講價
บอกราคา	跛拉咖	開價
เถ้าแก่	套給	老闆
เถ้าแก่เนี้ยะ	套給聶	老闆娘
คุณผู้หญิง	坤暴銀	太太
แพงจัง	拼將	太貴
ขาดทุน	卡吞	虧本
ลดเปอร์เซ็นต์	落玻興	打折
ราคาขาดตัว	拉咖卡多	不二價
กำไร	甘來	賺錢
คุ้มค่า	孔髂	划算

泰文	拼音	中文
เนื้อผ้า	能帕	質料
ชุดสากล	處啥公	西裝
ราคา	拉咖	價錢
ผ้าไหม	怕埋	絲布
ของที่ระลึก	孔替辣楞	紀念品
ผลิตภัณฑ์ที่ดีเด่น	爬李打潘替哩領	特產

遊泰豆知識

禁忌與注意事項

　　避免碰觸泰國人的頭頂，那是他們認為非常重要的地方，相對的，他們覺得用腳指別人是不禮貌的，所以泰國人極少翹腿坐，以免不小心失禮。

　　對於僧侶要尊重，尤其女子千萬不要碰觸，因為他們以為這樣修練的成果會盡失，曾有和尚因此而寧願放棄生命。

　　左手被認為是不乾淨的，所以收受別人物品時，請用右手。

　　穿著無袖時記得刮除腋毛，他們認為留著腋毛十分不雅，尤其女子更是。

　　看見泰國男子手牽手不必覺得奇怪，也不用懷疑對方是否為同性戀，因為在他們是因為好朋友才如此，倒是男女在大庭廣眾牽手、做出親密動作，會被視為不雅的行為。

第 17 章

哪個好呀？

อันไหนดีหละ

MP3-18

安乃哩喇

30 秒記住這個說法！

❶ อันไหนดีหละ
　　安乃哩喇 　　　　　　　　　　哪個好呀？

❷ ฉันรู้สึกว่าอันนี้ดีกว่า
　　強盧始襪安尼哩寡 　　　　　　我覺得這個比較好。

❸ ฉันรู้สึกว่าเป็นอย่างนี้
　　強盧始襪冰養尼 　　　　　　　我認為是這樣。

❹ ดีที่สุดอย่าทำอย่างนี้
　　哩替屬亞攤養尼 　　　　　　　最好不要這樣做。

❺ ฉันสนับสนุน
　　強傻哪傻農 　　　　　　　　　我贊成。

❻ ฉันคัดค้าน
　　強髂扛 　　　　　　　　　　　我反對。

❼ ฉันก็รู้สึกว่าเป็นเช่นนี้
　　強過瀘始襪冰倩尼 　　　　　　我也是這樣認為。

❽ ตกลงอย่างนี้ก็แล้วกัน
　　朵掄楊尼過廖甘 　　　　　　　就這樣決定吧。

❾ คุณรู้สึกเป็นอย่างไร
　　坤盧始冰養來 　　　　　　　　你覺得如何？

坤咪擴企痕養萊　　　　　　　　　你有什麼意見？

一說就會練習區

---

1 ฉันรู้สึกว่าอันนี้ดีกว่า　　　　　　強盧始襪安妮哩寡
我覺得這個比較好。

ฉันรู้สึกว่าอันนั้นดีกว่า　　　　　　強盧始襪安難哩寡
我覺得那個比較好。

ฉันรู้สึกว่าอันที่แพงดีกว่า　　　　強盧始襪安替拼哩寡
我覺得貴的比較好。

---

2 ทางที่ดีอย่าทำอย่างนี้　　　　　湯替哩亞湯養尼
最好不要這樣做。

ทางที่ดีไปเทียบราคาดูก่อน　　貪替哩掰帖拉咖督拱
最好去比一下價錢。

ทางที่ดีไปดูหลาย ๆ ร้าน　　　貪替哩掰督來來欄
最好去多看幾家。

---

3 คุณมีข้อคิดเห็นอะไร　　　　　坤咪擴企痕阿來
你有什麼意見？

คุณมีอะไรที่ไม่พอใจ　　　　　坤咪阿萊替賣坡摘
你有什麼不滿？

คุณมีความในใจอะไร　　　　　坤咪框乃摘阿萊
你有什麼心事？

---

4 คนนี้ ซื่อตรงจังเลย　　　　　坤尼　是東將勒
這個人好老實。

คนนี้ นิสัยดีมาก
這個人脾氣很好。

坤尼　逆骰哩罵

คนนี้ จิตใจดีมาก
這個人很善良。

坤尼　幾摘哩罵

■聊天室

A: ช่วยเอาต่างหูเงินคู่นี้ให้ฉันดูหน่อย
翠凹膽湖能庫尼害強督乃
麻煩給我看一下這對純銀耳環。

B: ได้เลย คู่ไหนเอ่ย
賴勒　庫乃欸
好的，是哪一對呢？

A: ด้านซ้ายมือนับลงมาคู่ที่สามที่มีรูปดาว
但曬摸那掄嗎庫替賞替咪路刀
左邊數下來第三對，有星星圖案的。

B: สายตาคุณดีจัง
骰搭坤哩將
你真有眼光！

A: แบบอย่างนี้ขายจนไม่ค่อยจะมีแล้ว
別養尼凱終賣快甲咪廖
這個款式賣到快沒有貨了。

B: รูปทรงกลมคู่นั้นจะดูดีกว่าไหม
陸松工庫難甲督哩寮埋
圓型的那一對會不會比較好？

A: ฉันรู้สึกว่าสองคู่นี้ก็เหมาะกับหน้าคุณ
強路始襪筌庫尼過抹軋那坤
我覺得兩對都很合你的臉型。

B: ดูรูปทรงกลมแล้วไม่เลว เหมาะกับฉันดี

督路松工廖賣溜　抹軋強哩

看起來圓形蠻不錯的，很合我。

A: เอาคู่นี้ใช่ไหม

凹庫尼蔡埋

要這對嗎？

B: ใช่ ช่วยฉันห่อด้วย

蔡　翠強火類

好的，請幫我包裝好。

邁考海灘及海龜放生節

Mai Kao Beach有「特殊景觀」，當然自然風光的迷人之處不在話下，另外在每年十一月到翌年的三月還能看到海龜下蛋，雖然海龜在晚間產卵，遊客依然會找機會偷偷欣賞這個難得一見的景況。

加上四月十三日是幼龜放生日，大家會拿著幼龜到海邊放生，藉此喚起人們對動物的重視與保育之心，可說是一項有趣又具意義的活動。

單字易開罐

泰文	拼音	中文
ดี	哩	好
สนับสนุน	傻哪傻農	贊成
ไม่สนับสนุน	麥傻哪傻農	不贊成
คัดค้าน	髂扛	反對
ไม่มีทาง	賣咪貪	沒有可能

泰文	拼音	中文
ไม่มีวิธี	賣咪玉梯	沒有辦法
รู้สึก	盧始	覺得
ความคิดเห็น	寬企痕	意見
พนักงานขาย	怕那因凱	店員
พนักงานเคาน์เตอร์	怕那因靠等	專櫃小姐
เสนอ	傻呢	提議
ต่างหู	膽胡	耳環
ต่างหูเงิน	膽胡能	純銀耳環
รูปดาว	陸刀	星形
รูปกลม	陸工	圓形
ของชั้นสูง	恐強損	高級品
สายตาถึง	骰搭騰	有眼光
เหมาะสม	抹聳	適合

遊泰豆知識

曼谷著名景點—菩提寺（臥佛寺）

　　菩提寺，又稱為臥佛寺，是因大殿裡供奉一尊身長四十六公尺的大臥佛而得名。菩提寺是曼谷最大的佛寺，同時也是佛像、佛塔最多的寺廟，此外它還是「泰國第一間大學」。

　　原來在曼谷王朝第三世皇時，泰皇為了讓民眾能到佛寺求取知識，特地將佛寺內所有能夠雕刻之處，例如石碑、牆壁，全部刻上史料、藥方、文學、格言，以及全國各地風俗等知識，讓人們能夠隨時前來學習新知。

　　菩提寺中還有一所「泰國古式按摩學校」，專門教授正統的泰國古式按摩，其中也有高僧為人治療疾病，據說曾發生過不少奇妙事蹟。

第 18 章

我要吃烤雞。

ฉันจะกินไก่ย่าง

強甲金改樣

MP3-19

30 秒記住這個說法！

❶ ไม่ทราบว่ากี่ท่าน

賣薩襪幾探　　　　　　　　　請問幾位？

❷ จะดื่มเครื่องดื่มอะไร

甲冷揹冷阿萊　　　　　　　　要喝什麼飲料？

❸ อาหารของภัตตาคารนี้ถูกมาก

阿含孔怕搭康尼土罵　　　　　這間餐廳的東西很便宜。

❹ ไก่ย่างที่นี่มีชื่อเสียงมาก

改樣替逆咪次祥罵　　　　　　這裡的烤雞很有名。

❺ สั่งของมากอย่างนี้ กินไม่หมด

賞孔罵養尼 經賣抹　　　　　點那麼多吃不完。

❻ จะสั่งอาหารอะไร

甲賞啊航阿萊　　　　　　　　要點什麼菜？

❼ เอาผักบุ้ง ต้มยำกุ้ง และข้าวเปล่าสองถ้วย

凹扒蹦凍央貢 獵靠雹聳退　　要炒空心菜、酸辣蝦湯，還要兩碗飯。

❽ อาหารร้อน ๆน่ากินมาก

阿含儱儱那金罵　　　　　　　菜熱騰騰的很好吃。

❾ จะสั่งเพิ่มอีกไหม

假閃噴以埋　　　　　　　　　還要不要再點？

⓾ น้อง ช่วยเช็คบิลหน่อย

農 翠竊冰乃　　　　　　　　　　　小姐，麻煩要結帳。

一說就會練習區

---

1 คุณจะกินไก่ย่างหรือไก่ทอด　　　坤甲金改樣了改拓
你要吃烤雞還是炸雞？

คุณจะกินข้าวผัดหรือผัดหมี่เหลือง　　坤甲金靠爬勒爬米玲
你要吃炒飯還是炒麵？

คุณจะกินยำเนื้อไก่หรือยำวุ้นเส้น　　坤甲金央能改勒央文線
你要吃涼拌雞絲還是涼拌冬粉？

---

2 หมูหันของภัตตาคารร้านนี้อร่อยมาก　　模航孔怕搭康欄尼阿疊罵
這家餐廳的烤乳豬很好吃。

กุ้งมังกรย่างของภัตตาคารร้านนี้อร่อย　　共忙工樣孔怕搭康欄尼阿疊
這家餐廳的烤龍蝦好吃。

แกงกะหรี่ไก่ของภัตตาคารร้านนี้อร่อยมาก　庚軋里改孔怕搭康欄尼阿疊罵
這家餐廳的咖哩雞很好吃。

---

3 ฉันต้องการปอเปี๊ยะทอดและไก่ผัดเผ็ด มะม่วงหินมพานต์
強凍剛剝罷拓烈改爬撇罵慢橫罵潘
我要炸春捲和紅燒雞。

ฉันต้องการผัดวุ้นเส้นและปลาย่าง　　強凍剛爬文線獵八樣
我要炒米粉和烤魚。

ฉันต้องการข้าวผัดสับปะรดและยำทะเล　強凍剛靠爬傻八落獵央踏咧
我要鳳梨炒飯和涼拌海鮮。

---

4 พวกเรามีกันสองท่าน　　　　　　破撈咪剛聳趙

我們總共有兩位。

　พวกเรามีกันสามท่าน　　　　　　破撈咪剛賞趙

我們總共有三位。

　พวกเรามีกันห้าท่าน　　　　　　破撈咪剛哈趙

我們總共有五位。

■聊天室

A: สองท่านจะรับเครื่องดื่มอะไร

送探甲臘揹冷阿萊

兩位要喝什麼飲料？

B: ดื่มน้ำมะพร้าว ขอดูรายการอาหารหน่อย

冷難馬袍　殼嚕萊甘阿寒乃

喝椰子汁。拿菜單給我們看一下。

A: ได้เลย

賴勒

好的。

B: ช่วยแนะนำหน่อยว่าที่นี่มีอะไรอร่อย

翠孶囝乃襪替逆咪阿來阿曡

可不可以推薦一下這裡有什麼好吃的？

A: ย่างบาบีคิวซีฟู้ดที่นี่มีชื่อเสียงมาก

樣八逼邱西服替逆咪次祥罵

我們這裡的炭烤海鮮最有名。

B: ได้ ฉันยังอยากกินปลากระพงนึ่งและผัดผัก

賴　強央亞金八軋矸濘烈爬趴

好的，我還想吃清蒸鱸魚和炒青菜。

單字易開罐

泰文	拼音	中文
ไก่ย่าง	改樣	烤雞
ไก่ทอด	改拓	炸雞
ผัดผักบุ้ง	爬爬蹦	炒空心菜
ต้มยำกุ้ง	凍央共	酸辣蝦湯
ข้าวเปล่า	靠雹	白飯
เป็ดย่าง	瘠樣	烤鴨
ผัดเส้นหมี่	爬線米	炒米粉
ข้าวผัดสับปะรด	靠爬傻八落	鳳梨炒飯
ผัดหมี่เหลือง	爬米玲	炒麵
ยำเนื้อไก่	央能改	涼拌雞絲
ยำวุ้นเส้น	央聞線	涼拌冬粉
ย่างหมูหัน	樣母寒	烤乳豬
ย่างกุ้งมังกร	樣共蠻工	烤龍蝦
ปอเปี๊ยะทอด	剝彆拓	炸春捲
ไก่ผัดเผ็ดมะม่วงหินมพานต์	改爬撇罵慢橫罵潘	紅燒雞
แกงกะหรี่ไก่	庚軋里改	椰汁咖哩雞
ปลาย่าง	八樣	烤魚
น้ำมะพร้าว	南罵袍	椰子汁
ย่างบาบีคิวซีฟู้ด	樣八遍邱西服	炭烤海鮮
ปลากระพงนึ่ง	八軋砰淳	清蒸鱸魚
ผัดผัก	爬趴	炒青菜

泰文	拼音	中文
ซุปไก่	束改	雞湯
เมนูอาหาร	咩奴阿航	菜單
พนักงานเสริฟ	帕那囡捨	服務生
ชาอูหลง	差烏龍	烏龍茶
เบียร์	甓	啤酒

遊泰豆知識

泰國酸辣美食「泰」好吃

　　説到月亮蝦餅、檸檬魚、青木瓜沙拉等泰國風味美食，總讓人忍不住先聯想到一股融合了酸辣與獨特香料的味道，獨樹一格的醬汁，無論是搭配鮮美的魚蝦，還是蔬菜、肉類，都令人忍不住食指大動。

　　泰國有兩種相當有名的調味料，一種是魚露，另一種則是蝦醬，魚露是由發酵的魚類所製成，蝦醬顧名思義也是由蝦類烹調而成，這兩種醬汁對泰國美食有畫龍點睛之妙。

　　泰國的甜品也相當受歡迎，無論是淋上椰奶的西米露、包了熱香蕉的糯米飯團，還是揉合了椰奶、蛋與麵粉的「卡濃夸客」，都讓人吃起來滿足的不得了，下次到泰國可別只記得上館子吃飯，這些街頭隨處可見的美食也等著你嚐鮮喔！

第 19 章

我想要寄信。

ฉันอยากส่งจดหมาย

MP3-20

強亞聳卓埋

❶ ฉันอยากซื้อแสตมป์

強亞十傻丁　　　　　　　　　　　我要買郵票。

❷ ฉันจะส่งจดหมายลงทะเบียน

強甲聳卓埋掄踏邊　　　　　　　　我想要寄掛號信。

❸ ส่งจดหมายทางแอร์เมล์ไปอเมริกา

聳卓埋湯誒咩掰阿咩哩嘎　　　　　寄航空信去美國。

❹ ส่งจดหมายลงทะเบียนต้องกรอกเอกสารก่อน

聳卓埋掄踏邊 國也軋賞拱　　　　寄掛號信要先填表格。

❺ ก่อนส่งของขวัญต้องห่อให้ดี

滾聳孔狂 火害哩　　　　　　　　寄禮物前先包裝好。

❻ ส่งไปที่อเมริกาต้องใช้เวลากี่วัน

聳掰替阿咩哩嘎 蔡威拉幾彎　　　寄去美國要多少天？

❼ มีไปรษณีย์บัตรจำหน่ายไหม

咪掰沙擬呀拔將乃埋　　　　　　　有沒有賣明信片？

❽ คุณจะส่งอะไรหรือ

坤甲聳阿萊了　　　　　　　　　　你要寄什麼呀？

❾ ฉันอยากซื้อแสตมป์ที่ระลึกหนึ่งชุด

強亞十傻丁替臘勒能處　　　　　　我想要買一套紀念郵票。

⓾ มีจำหน่ายสมุดสะสมแสตมป์ของปีนี้หรือเปล่า

咪江乃傻母傻筶傻丁孔逼尼了保　　　有沒有賣今年的郵冊？

一說就會練習區

---

1 ฉันอยากส่งจดหมายลงทะเบียน　　　強亞筶卓埋掄踏邊

我想要寄掛號信。

ฉันอยากส่งพัสดุ　　　強亞筶怕傻盧

我想要寄包裹。

ฉันอยากส่งไปรษณียบัตร　　　強亞筶掰沙泥呀把

我想要寄明信片。

ฉันอยากส่งหนังสือหลายเล่ม　　　強亞筶南十來令

我想要寄幾本書。

---

2 ฉันอยากซื้อซองจดหมาย　　　強亞十松卓埋

我要買信封。

ฉันอยากซื้อไปรษณียบัตรสิบใบ　　　強亞十掰沙泥壓把始掰

我想要買十張明信片。

ฉันอยากซื้อแสตมป์　　　強亞十沙丁

我想要買一些郵票。

ฉันอยากซื้อซองจดหมาย　　　強亞十松卓埋

我想要一些信封。

---

3 ค่าส่งจดหมายจากเมืองไทยถึงไต้หวัน　　　ต้องใช้เงินเท่าไหร่

髂筶卓埋甲悶苔騰代王凍蔡能套來

從泰國寄信到台灣要多少錢？

ค่าส่งจดหมายจากเมืองไทยถึงอเมริกาต้องใช้เงินเท่าไหร่

髂聳卓埋甲悶苔騰阿咩力嘎凍蔡能套來

從泰國寄信到美國要多少錢？

คาส่งจดหมายจากเมืองไทยถึงญี่ปุ่นต้องใช้เงินเท่าไหร่

髂聳卓埋甲悶苔騰一本凍蔡能套來

從泰國寄信到日本要多少錢？

คาส่งจดหมายจากเมืองไทยถึงฮ่องกงต้องใช้เงินเท่าไหร่

髂聳卓埋甲悶苔騰閣恭凍蔡能套來

從泰國寄信到香港要多少錢？

4 มีจำหน่ายสมุดสะสมแสตมป์ของปีนี้หรือเปล่า

咪江乃傻母傻聳傻丁孔逼尼了保

有沒有賣今年的郵冊？

มีจำหน่ายแสตมป์ที่ระลึกของปีนี้หรือเปล่า

咪將乃傻丁替辣楞孔逼尼了保

有賣今年的紀念郵票嗎？

มีจำหน่ายการ์ดอวยพรปีใหม่ของปีนี้หรือเปล่า

咪將乃尬威朋逼買孔逼尼了保

有賣今年的賀年卡嗎？

遊泰豆知識

夜貓子的天堂

　　晚上太無聊？沒事做？沒關係，泰國的大城市如曼谷、清邁都擁有熱鬧的夜生活。早期的曼谷是因聲色場所活躍，使得夜晚像白天一樣繁華喧鬧，不過近來已改進許多，例如欣賞傳統舞蹈表演就是一項不錯的選擇。

　　再如清邁夜市也是可以好好逛的地方，除了路旁店舖，還有攤販羅列各式商品，且就如大家對夜市的印象，種類多、價格便宜，沒錯！在這裡你可以看到各式首飾、手工刺繡品、木雕、漆器、竹製品、紙傘、家具等，想帶回豐富的戰利品，來這裡就對啦！

A: ขอถามหน่อย ส่งจดหมายที่นี่ใช่ไหม
括談乃　聳卓埋替逆蔡埋
請問是不是在這裡寄信？

B: ใช่
蔡
是的。

A: ฉันอยากส่งพัสดุหนึ่งชิ้นไปที่อเมริกา
強亞聳怕傻魯能勤掰替阿咩力嘎
我想寄一份包裹到美國。

B: ส่งแบบธรรมดาหรือลงทะเบียน
聳瘧湯嗎搭稜掄踏邊
寄平信還是掛號呢？

A: แบบไหนเร็วกว่า
瘧乃溜寡
哪一種比較快？

B: ธรรมดาต้องสิบวัน ลงทะเบียนสามวันก็ถึงแล้ว
湯嗎拉凍始汪　掄踏邊賞汪過騰寮
寄平信要十天，寄掛號三天就可以了。

A: ฉบับที่ลงทะเบียนค่าส่งเท่าไหร่
洽把替掄踏邊髂聳套來
寄掛號的，多少錢？

B: ฉันช่วยคุณชั่งดู
強翠坤嗆嚕
我幫你秤一下吧。

A: ต้องใช้สองร้อยบาท
凍財聳來把
這要200銖。

104

B: ตกลง ช่วยออกใบเสร์จด้วย

朵掄　翠哦掰寫類

好的，請幫我寫一張收據。

遊泰豆知識

東方夏威夷－芭達雅

　　喜歡水上活動的人一定要到芭達雅，光聽人們給它的稱號就知道，芭達雅是個充滿魅力的海濱都市，不管是水上滑板、風浪板、香蕉船、水上摩托車，都可以玩得盡興。

　　芭達雅還有「東方明珠」、「世外桃源」等美稱，是不是很吸引人？除了動態的水上遊戲，這裡的氣候、風光都令人心醉，海灘、椰林、小船，處處呈現浪漫風情，真是動靜皆宜的好地方。

　　當然也有其他像博物館、大型購物中心、俱樂部、農場、植物園、公園、動物園等遊覽之處，而「The Strip」亦有精采的夜生活，絕對可以度過充實的一天。

單字易開罐

泰文	拼音	中文
ที่ทำการไปรษณีย์	替湯剛掰沙泥	郵局
พนักงานไปรษณีย์	帕那安掰沙泥	郵局職員
บุรุษไปรษณีย์	補魯掰沙泥	郵差
ตู้ไปรษณีย์	度掰沙泥	郵筒
จดหมายธรรมดา	卓埋貪媽拉	平信
จดหมายแอร์เมล์	卓埋誒咩	航空信

泰文	拼音	中文
ลงทะเบียน	龍踏邊	掛號
จดหมายด่วน	卓埋盾	快捷郵件
ไปรษณีย์บัตร	掰沙泥呀把	明信片
พัสดุ	怕傻盧	包裹
ชั่งน้ำหนัก	燦南哪	秤重
หนักเกิน	哪庚	超重
ส่งทางอากาศ	聳貪阿軋	航運
ส่งทางเรือ	聳貪勒	海運
แสตมป์	傻丁	郵票
แสตมป์ที่ระลึก	傻丁替臘勒	紀念郵票
ใบโอนเงิน	掰翁能	匯款單
สมุดบัญชี	傻母班七	帳戶
การ์ดอวยพรปีใหม่	軋喔砰逼買	賀年卡
การ์ดคริสต์มาส	軋企傻罵	聖誕卡
สมุดสะสมแสตมป์	沙母傻聳傻丁	郵冊
กรอกแบบฟอร์ม	果癟豐	填表
ใบบิลพัสดุ	掰冰帕傻盧	包裹單
นานแค่ไหน	団克乃	多久

第 20 章

我想訂一間雙人房。

MP3-21

ฉันอยากจองห้องเตียงคู่หนึ่งห้อง

強亞中閣顛庫能閣

30 秒記住這個說法！

❶ ที่นี่เป็นโรงแรมเพรสซิเดนท์หรือเปล่า

替逆冰掄拎配係頂勒電　　　　　　　　這裡是不是總統飯店？

❷ ฉันอยากจองห้องเตียงคู่หนึ่งห้อง

強亞中閣顛庫能閣　　　　　　　　　　我想要訂一間雙人房。

❸ คุณจะจองกี่วัน

坤甲中幾彎　　　　　　　　　　　　　你要訂幾天的？

❹ คิดจะอยู่พักกี่คืน

企甲乳怕幾坑　　　　　　　　　　　　打算要住幾個晚上？

❺ มีห้องอาบน้ำหรือไม่

咪閣阿南了賣　　　　　　　　　　　　有沒有浴室？

❻ กุญแจนี้ให้คุณ

工街尼害坤　　　　　　　　　　　　　這個鑰匙給你。

❼ จองห้องพักของคืนพรุ่งนี้

中閣怕孔坑碰擬　　　　　　　　　　　訂明天晚上的房間。

❽ เตียงเดี่ยวคืนละเท่าไหร่

顛柳坑臘套來　　　　　　　　　　　　單人房一個晚上多少錢？

❾ ก่อนเข้าไปต้องบันทึกลงชื่อ

拱靠掰 班特掄次　　　　　　　　　　　來之前先辦理入住登記。

⑩ ผมช่วยคุณนำกระเป๋าเดินทางเข้ามา

朋翠坤団軋電拎貪靠嗎　　　　　　　　我幫你把行李拿進來。

一說就會練習區

1 ฉันอยากจองห้องเตียงคู่หนึ่งห้อง　　　強亞中闊顛庫能闊
　　我想訂一間雙人房。

ฉันอยากจองห้องเตียงเดี่ยวหนึ่งห้อง　　強亞中闊顛柳能闊
　　我想訂一間單人房。

ฉันอยากจองห้องพิเศษหนึ่งห้อง　　　　強亞中闊瞥寫能闊
　　我想訂一間總統套房。

ฉันอยากจองห้องสูทหนึ่งห้อง　　　　　強亞中闊屬能闊
　　我想訂一間豪華套房。

2 ฉันคิดว่าจะอยู่สามวัน　　　　　　　強企襪甲如賞彎
　　我打算要住三天。

ฉันคิดว่าจะอยู่ห้าวัน　　　　　　　　強企襪甲如哈彎
　　我打算要住五天。

ฉันคิดว่าจะอยู่หนึ่งสัปดาห์　　　　　　強企襪甲如能傻拉
　　我打算要住一個禮拜。

3 ในห้องมีห้องอาบน้ำฝักบัวหรือเปล่า　　乃闊咪闊阿南法撥勒寶
　　房間裡面有沒有淋浴間？

ในห้องมีแอร์หรือเปล่า　　　　　　　乃闊咪誒勒保
　　房間裡面有沒有冷氣？

ในห้องมีทีวีหรือเปล่า　　　　　　　乃闊咪梯淤勒保
　　房間裡面有沒有電視機？

ในห้องมีตู้เย็นหรือเปล่า
乃闊咪度英勒保
房間裡面有沒有冰箱？

4 ในโรงแรมมีที่แลกเงินหรือเปล่า
乃掄拎咪替烈能勒保
酒店裡面可不可以換錢？

ในโรงแรมสามารถซื้อการ์ดโทรศัพท์ได้ไหม
乃掄拎啥罵十尬脫拉傻賴賣
酒店裡面可不可以買電話卡？

ในโรงแรมสามารถช่วยเรียกรถ(แท็กซี่)ให้ผมได้ไหม
乃掄拎啥罵翠獵落（帖係）害朋賴賣
酒店裡面可不可以幫我叫車（計程車）？

■聊天室

A: ขอถามหน่อย ยังมีห้องเตียงคู่หรือเปล่า
括談乃　央咪闊顛庫了保
請問還有沒有雙人房？

B: มี คุณจองหรือยัง
咪　坤中了央
有。你有沒有預約？

A: ฉันยังไม่ได้จอง
強央賣賴中
我沒有預約。

B: ช่วยกรอกแบบฟอร์มใบนี้ก่อน
翠果癟豐掰尼拱
麻煩你先填寫這一份表格。

A: ได้เลย อย่างนี้ได้หรือเปล่า

賴勒　楊逆賴了保

好的，這樣就可以了嗎？

B: อย่างนี้ก็ได้แล้ว

楊尼過賴廖

這樣就可以了。

A: ขอบคุณ

可昆

謝謝。

B: ห้องของคุณคือสี่ ห้า ห้า อันนี้คือกุญแจห้อง

闊孔坤科席蛤蛤　安尼科公接闊

你的房間是455，這個是房間鑰匙。

A: ขอถามหน่อย ลิฟท์อยู่ทางไหน

殼談乃　立如湯乃

請問電梯在哪裡？

B: ด้านซ้ายมือเดินตรงแล้วเลี้ยวขวาก็ถึงแล้ว

濫骰悶登東寮劉垮過騰寮

左手邊直走，右轉就看到了。

單字易開罐

泰文	拼音	中文
ห้องเดี่ยว	闊柳	單人房
ห้องคู่	闊庫	雙人房
ห้องพิเศษ	闊譬寫	總統套房
ห้องสูท	闊屬	豪華套房
ห้องอาบน้ำ	闊阿南	浴室

泰文	拼音	中文
ห้องน้ำห้องส้วม	閧南閧霜	洗手間
กุญแจ	工街	鑰匙
กระเป๋าเดินทาง	軋電拎貪	行李
จอง	中	預約
แบบฟอร์ม	瘋豐	表格
บันทึก	幫特	登記
ลิฟท์	立	電梯

遊泰豆知識

潑水節（宋干節）─熱鬧歡欣的泰國新年

　　泰國有許多著名的節慶，「潑水節」是其中一種最廣為人知的節日。泰國人民稱潑水節為「宋干節」，「宋干」是古印度語，意味著太陽進入某星座，通常是在每年的四月十三日到十五日，每到宋干節，泰國各地均會懸掛滿國旗，人民會到寺廟浴佛、浴僧，並且向長輩灑水祈福。因為灑水意味著福氣，所以泰國新年也被稱為「潑水節」。每到這個節慶，各式各樣的水槍、面具紛紛出籠，走在路上，一不小心，可能就被不認識的陌生人迎面潑水。同時各國的觀光客也會在這段期間大量湧入，一方面感受泰國熱鬧歡欣的氣氛，另一方面也可體驗渾身濕淋淋、福氣到頭來的樂趣。

第 21 章

我想剪頭髮。

MP3-22

ฉันอยากตัดผม

強亞打朋

30 秒記住這個說法！

❶ คุณอยากตัดแบบไหน

坤亞打別乃　　　　　　　　　你想怎麼剪？

❷ ช่วยฉันตัดออกหน่อยก็พอ

翠強打喔乃過波　　　　　　　幫我修一下就可以了。

❸ ฉันอยากดัดผม

強亞喇朋　　　　　　　　　　我想燙頭髮。

❹ คุณจะสระผมไหม

坤甲傻朋埋　　　　　　　　　你要洗頭嗎？

❺ คุณช่วยฉันตัดทรงที่เหมาะกับใบหน้าฉัน

坤翠強打松替抹嘎掰那強　　　你剪適合我臉型的。

❻ ฉันอยากตัดทรงผมเหมือนในรูปถ่ายใบนี้

強亞打松朋門乃路台掰尼　　　我想剪跟這張照片一樣的髮型。

❼ ตัดทรงผมที่ดูวัยรุ่นหน่อย

打松朋替嚕歪論乃　　　　　　剪看起來年輕點的髮型。

❽ ฉันเพียงอยากสระผม ตัดผม ไดร์ผม

強篇亞傻朋 打朋 呆朋　　　　我只想要洗頭髮、剪頭髮和吹頭髮。

❾ ตัดถึงประมาณไหล่

打騰把蠻來　　　　　　　　　大概剪到肩膀的位置。

⑩ ฉันเอากระจกส่องให้คุณดู

強凹嘎卓聳害坤嚕　　　　　　　　　　我拿鏡子給你照看看。

1 ฉันอยากตัดผม　　　　　　　　　　強亞打朋

我想要剪頭髮。

ฉันอยากสระผม　　　　　　　　　　強亞傻朋

我想要洗頭。

ฉันอยากย้อมผม　　　　　　　　　　強亞榮朋

我想要染髮。

ฉันอยากดัดผม　　　　　　　　　　強亞喇朋

我想要燙頭髮。

2 แค่ตัดสั้นนิดหน่อยก็พอ　　　　　　　克打善逆乃過玻

只要剪短一點就好了。

ตัดปลายผมนิดหน่อยก็พอ　　　　　　打掰朋逆乃過玻

只要修一修髮尾就好了。

แค่สระผมก็พอ　　　　　　　　　　克傻朋過玻

只要洗頭就好了。

แค่เป่าแห้งก็พอ　　　　　　　　　　克保恨過波

只要吹乾就好了。

3 ตัดถึงประมาณไหล่　　　　　　　　打騰把蠻來

大概剪到肩膀上下。

ตัดถึงประมาณหู　　　　　　　　　　打騰把蠻胡

大概剪到耳朵上下。

113

ตัดถึงประมาณคอ

打騰把蠻科

大概剪到頸子上下。

---

4 ฉันอยากดัดผมหยิก

強亞打朋以

我想要燙捲髮。

ฉันอยากยืดผมตรง

強亞日朋東

我想要燙直髮。

ฉันอยากย้อมสีแดง

強亞榮席拎

我想要染成紅色。

ฉันอยากย้อมสีกาแฟ

強亞榮席嘎非

我想要染成褐色。

■聊天室

A: ยินดีต้อนรับ

英哩動臘

歡迎光臨！

B: ฉันอยากตัดผม

強亞打朋

我想要剪頭髮。

A: เชิญนั่งที่นี่ คุณจะตัดแบบไหน

稱難替逆　坤甲打別乃

請坐這裡。你想要怎麼剪？

B: ฉันจะตัดสั้นหน่อย ตามรูปถ่ายใบนี้

強甲打善乃　單路台掰泥

我想要剪短點，按照這張照片去剪。

A: จะย้อมผมไหม

甲榮朋埋

要不要染頭髮？

B: ฉันจะย้อมสีอะไรถึงจะสวย

強甲榮席阿萊騰甲隨

你看我染什麼顏色好看？

A: สีแดงประกายเหมาะกับคุณดี

息拎巴該摩軋坤哩

紅褐色蠻適合你的。

B: ฉันไม่ชอบสีเข้ม

強麥錯席揞

我不喜歡太深的顏色。

A: จะสระผมหรือตัดสั้นหน่อยไหม

甲傻朋了打善乃埋

要不要洗頭或者剪短一點呢？

B: ได้ รบกวนคุณนะ

賴 落光坤那

好的，麻煩了。

單字易開罐

泰文	拼音	中文
สระผม	傻朋	洗頭
ตัดผม	打朋	剪髮
ดัดผม	剌朋	燙髮
ผมสั้น	朋善	短髮
ย้อมผม	榮朋	染髮
ผมหยิก	朋以	捲髮
ผมตรง	朋東	直髮

泰文	拼音	中文
ทรงผม	松朋	造型
ทันสมัย	湯傻埋	時髦
โบราณ／ย้อนยุค	波啷／榮入	復古
เป่าแห้ง	雹恨	吹乾
สี	席	顏色
หมักผม	馬朋	護髮
ทำเล็บ	攤列	修指甲
ตัดรองทรง	打掄松	理平頭
ทาน้ำมันผม	他南蠻朋	抹髮油
โกนหนวด	公娜	刮鬍子
ทำหน้า	攤那	臉部保養
ขัดผิว	卡皮油	去角質
นวดทั้งตัว	諾談多	全身按摩
นวดน้ำมัน	諾難蠻	油壓
นวดฝ่ามือ	諾法悶	指壓
สปา	傻羆	SPA
อาบน้ำแร่	阿南烈	泡溫泉

第 22 章

我覺得有點不舒服。

ฉันรู้สึกไม่สบาย

MP3-23

強盧使賣傻掰

30 秒記住這個說法！

❶ ฉันรู้สึกไม่สบาย

強盧使麥傻掰 我覺得有點不舒服。

❷ ฉันจะลงทะเบียน

強甲掄塔編 我想要掛號。

❸ ฉันเป็นหวัด

強冰瓦 我感冒了。

❹ เอะ คุณตัวร้อนนิดหน่อย

誒 坤多攏逆乃 咦！你有點發燒啊。

❺ เชิญนั่งทางโน้นก่อน รอเรียกชื่อ

稱難湯農滾 囉烈次 那裡坐一下，等叫名字。

❻ ฉันปวดท้องจังเลย

強跛同將勒 我肚子很痛。

❼ ทั้งท้องร่วงและอาเจียนทรมานมาก

探同亂烈阿靜拖拉蠻罵 上吐下瀉很難過。

❽ มือได้รับบาดเจ็บ

摸賴辣把姊 弄傷手。

❾ เด็กไม่อยากกินอาหาร

咧麥亞金阿航 小朋友沒胃口吃東西。

皮由南恨刊   皮膚乾燥發癢。

一說就會練習區

1 ฉันรู้สึกไม่ค่อยสบาย   強盧使麥快傻掰
我覺得有點不舒服。

ฉันรู้สึกตัวร้อน   強盧使多龍
我覺得有點發燒。

ฉันรู้สึกมีน้ำมูกไหล   強盧使咪難木來
我覺得有點流鼻水。

ฉันรู้สึกปวดกระเพาะ   強盧使跛嘎迫
我覺得有點胃痛。

---

2 ฉันอยากตรวจสอบแผนกภายใน   強亞短所爬內拍乃
我想要看內科。

ฉันอยากตรวจสอบแผนกภายนอก   強亞短所爬內拍諾
我想要看外科。

ฉันอยากตรวจสอบแผนกกระดูก   強亞短所爬內嘎盧
我想要看骨科。

ฉันอยากตรวจสอบแผนกฟัน   強亞短所爬內芳
我想要看牙科。

---

3 ยากินวันละสามเวลา ครั้งละหนึ่งเม็ด   壓金彎蠟賞威拉 扛蠟能減
藥一天服三次，每次一粒。

ยากินวันละสองเวลา ครั้งละสองเม็ด   壓金彎蠟送威拉 扛蠟聳減
藥一天服兩次，每次二粒。

ยากินวันละสี่เวลา ครั้งละอย่างละหนึ่งเม็ด

壓金彎蠟喜威拉 扛蠟養蠟能滅

藥一天服四次，每次各一粒。

---

4 ฉันปวดไหล่จังเลย　　　　　　強跋萊將勒

我的肩膀好痛。

ฉันปวดฟันจังเลย　　　　　　　強跋芳將勒

我的牙齒好痛。

ฉันเจ็บตาจังเลย　　　　　　　強結搭將勒

我的眼睛好痛。

■聊天室

A: คุณรู้สึกที่ไหนไม่สบาย

坤盧始替乃麥傻掰

你覺得哪裡不舒服？

B: ช่วงนี้หลังกินอาหารเสร็จ กระเพาะจะปวด

串擬欄金阿航寫　軋破甲跋

這幾天吃完飯之後，胃部都會抽縮地痛。

A: ทราบแล้ว ฉันจะช่วยคุณวัดความดันก่อน

煞寮　強甲翠坤襪寬啷拱

好的，我先幫你量一下體溫吧。

B: ที่นี่รู้สึกปวดที่สุด

替逆盧始跋替屬

這裡覺得最痛。

A: หายใจลึกๆ แล้วปล่อยตัวตามสบาย

海摘楞楞　寮百多單傻掰

深呼吸，放鬆。

119

B: อาการฉันหนักหรือเปล่า
阿甘強拿了雹
我會不會很嚴重？

A: อาจเป็นเพราะคุณเหนื่อยเกินไป ต้องพักผ่อนเยอะๆ
啊冰迫坤餒庚掰　凍怕彭熱熱
你可能是太累了，要多休息。

B: ช่วยไม่ได้ ช่วงนี้ทำโอทีดึกทุกวัน
翠麥賴　串尼湯喔踢了兔彎
沒有辦法，近來常常加班熬夜。

A: ทำงานอย่าหักโหมเกินไปก็ไม่เป็นไรแล้ว
湯安亞哈恒跟掰過賣濱來察
工作不要太操勞就沒事了。

B: ฉันว่าฉันลาหยุดพักผ่อนดีกว่า
強襪強拉如怕彭哩寮
我想我還是請假休息一下好了。

單字易開罐

泰文	拼音	中文
โรงพยาบาล	掄怕呀班	醫院
ร้านเภสัช	郎撇傻	藥局
หมอ	模	醫生
นางพยาบาล	団怕呀班	護士
หมอฟัน	模芳	牙醫
รถพยาบาล	落怕呀班	救護車
หาหมอ	蛤模	看病
เครื่องตรวจเช็ค	揹短竊	聽診器

泰文	拼音	中文
ลงทะเบียน	掄塔邊	掛號
เป็นหวัด	冰瓦	感冒
ปวดหัว	跛華	頭痛
ตัวร้อน	多輪	發燒
ท้องร่วง	同亂	拉肚子
อาเจียน	阿靜	嘔吐
ปวดฟัน	跛芳	牙疼
ปวดตา	跛搭	眼睛痛
เจ็บคอ	姊柯	喉嚨痛
ภูมิแพ้ผิวหนัง	砰撇皮由南	皮膚過敏
เกิดอุบัติเหตุ	葛五把底嘿	受傷
นอนไม่หลับ	農麥喇	失眠
อุบัติเหตุรถชน	五把底嘿落衝	車禍
ช็อค	輆	休克
พิษแดด	闢咧	中暑
เป็นลม	冰掄	昏倒
กินไม่ลง	金麥掄	胃口不好
เหน็ดเหนื่อย	內餒	勞累
ทำโอที	貪喔踢	加班
นอนดึก	農等	熬夜
ลากิจ	拉幾	請假
พักผ่อน	怕彭	休息

121

泰文	拼音	中文
ผ่าตัด	爬打	開刀
แผนกภายใน	爬內拍乃	內科
แผนกภายนอก	爬內拍諾	外科
แผนกผิวหนัง	爬內皮由南	皮膚科
น้ำมูกไหล	南木來	流鼻水
กระเพาะ	拉破	胃
คอ	柯	喉嚨
หัว	華	頭
เท้า	逃	腳
เอว	歐	腰
ไหล่	萊	肩膀
ฟัน	芳	牙
กรุ๊ปเลือด	故樂	血型
กรุ๊ปโอ	故喔	O型
กรุ๊ปเอ	故世	A型
กรุ๊ปบี	故逼	B型
กรุ๊ปเอบี	故世逼	AB型

第四篇 速成活用篇

第 23 章

我坐公車到唐人街。

ฉันนั่งรถเมล์ไปเยาวราช

MP3-24

強難落咩掰腰蛙臘

30 秒記住這個說法！

❶ ตั๋วรถหนึ่งใบไปเยาวราช

奪落能掰掰腰蛙臘　　　　　　　　　一張去唐人街的車票。

❷ นั่งรถเมล์ไปได้ไหม

難落咩掰賴買　　　　　　　　　　　坐公車去可不可以？

❸ ขอถามหน่อยตั๋วรถใบหนึ่งเท่าไหร่

殼談乃奪落掰能套來　　　　　　　　請問，一張車票多少錢？

❹ ฉันอยากจองตั๋วรถไฟพรุ่งนี้

強亞強奪落飛碰尼　　　　　　　　　我想要預訂明天的火車票。

❺ ขอถามหน่อย สามารถคืนตั๋วได้ไหม

殼談乃 傻罵坑奪賴埋　　　　　　　　請問可不可以退票？

❻ บนรถห้ามสูบบุหรี่

崩落漢屬補禮　　　　　　　　　　　車上不准抽煙。

❼ โบกแท็กซี่หนึ่งคัน

博帖係能刊　　　　　　　　　　　　招一台計程車去。

❽ รถเมล์คันนี้ไปสนามบินใช่ไหม

落咩刊尼掰傻南冰蔡埋　　　　　　　這輛公車是不是去機場的？

123

⑨ ขอถามหน่อย ที่จำหน่ายตั๋วอยู่ที่ไหน

殼談乃 替將乃奪乳替乃　　　　　　　　請問售票處在哪裡？

⑩ ฉันอยากลงรถที่นี่

強亞掄落替逆　　　　　　　　　　　　我想在這裡下車。

---

1 ตั๋วรถหนึ่งใบไปที่เยาวราช　　　　　　奪落能掰掰替腰哇臘
一張去唐人街的車票。

ตั๋วรถสองใบไปที่สถานีรถไฟ　　　　　奪落聳掰掰替傻談尼落飛
兩張去火車站的車票。

ตั๋วรถสามใบไปที่สนามบิน　　　　　　奪落賞掰掰替傻南冰
三張去機場的車票。

2 ขอถามหน่อย ที่จำหน่ายตั๋วอยู่ที่ไหน　　殼談乃 替將乃奪如替乃
請問售票處在哪裡？

ขอถามหน่อย ทางเข้าอยู่ที่ไหน　　　　殼談乃 湯靠如替乃
請問入口在哪邊？

ขอถามหน่อย ทางออกอยู่ที่ไหน　　　　殼談乃 湯哦如替乃
請問出口在哪邊？

ขอถามหน่อย ประชาสัมพันธ์อยู่ที่ไหน　殼談乃 把擦賞潘如替乃
請問詢問處在哪邊？

3 รถสายนี้มีถึงสนามบินหรือเปล่า　　　落骰尼咪騰傻南冰樂保
這輛車有沒有到機場？

รถสายนี้มีถึงสถานีรถไฟหรือเปล่า　　落骰尼咪騰傻塔尼落非樂保
這輛車有沒有到火車站？

รถสายนี้มีถึงเยาวราชหรือเปล่า	落骰尼咪騰腰蛙臘樂保
這輛車有沒有到唐人街？	

4 พวกเราต่ออรถไฟฟ้าไป 　　破撈奪落飛罰掰
我們搭捷運去。

พวกเราต่ออรถแท็กซี่ไป 　　破撈奪落帖係掰
我們搭計程車去。

พวกเราต่ออรถไฟไป 　　破撈奪落飛掰
我們搭火車去。

พวกเราต่ออเรือไป 　　破撈奪樂掰
我們搭船去。

遊泰豆知識

蕉風椰雨熱帶氣候

　　泰國屬熱帶氣候區，年均溫度是二十八度。全年分三季，三月到五月是熱季，五月到十一月是雨季，十一月到次年二月是涼季，也是旅遊的旺季。在時差上，泰國比台灣慢一個小時。

　　椰影婆娑、陽光燦爛的泰國，充滿熱帶風情，旅遊業極為發達。涼季是旅遊旺季，氣候乾爽舒適。因緯度不同，各地乾季也不同。清邁以北的地區是從十一月到次年四月。中部和東北部的乾季，是從十二月到次年四月，南部的乾季是從一月到四月。

A: พรุ่งนี้ฉันอยากไปห้างสรรพสินค้า
碰尼強亞掰漢傻趴行卡
我明天想去百貨公司。

B: คุณไปที่นั่นทำอะไร
坤掰替難湯阿來
你去那裡做什麼？

A: ฉันมีเพื่อนต่างประเทศมา อยากพาเขาไปเดินเที่ยว
強咪噴膽把帖媽　亞趴烤掰冷透
我有一個外國朋友來了，想帶她去逛街。

B: ไปเดินเที่ยว ซื้อของสนุกดี
掰冷透　時孔傻努哩
去逛街、買東西很好玩。

A: แต่พรุ่งนี้เป็นวันหยุด รถน่าจะติด
跌碰尼冰彎如　落那甲底
不過明天是放假，可能會塞車。

B: คุณจะนั่งรถเมล์ไปไหม
坤甲難落咩掰埋
你要坐公車去嗎？

A: ไม่ใช่ ฉันจะนั่งแท็กซี่ไป
麥菜　強甲難帖係掰
不是，我要坐計程車去。

B: ทางที่ดีออกไปแต่เช้า หลีกเลี่ยงผู้คน
攤替哩哦掰跌竅　禮念舖坤
最好要早點出門，避開人潮。

A: ฉันรู้ ไม่ต้องเป็นห่วง
強盧　脈　冰環

126

我會的，不用擔心。

B: ขอให้พวกคุณเที่ยวสนุก

殼害破坤透傻努

祝你們玩得高興。

入境隨俗停看聽

泰人認為頭部是人的靈魂聚合處，是全身的精華，所以不可隨便碰別人的頭部，即使是兒童也不行。

在打招呼的方式，泰人的見面禮儀是雙手合十（合掌禮），像祈禱一樣。年輕人遇到長者，要先行禮，長者再回禮。

在公共場合中，男女不可表現太親暱的動作，他們認為這樣是低俗、不高尚的。

佛教禁止僧侶和女性接觸，也不可從女性手中接過東西。如果女性有東西要交給僧侶，需由男性代勞，或把東西放在僧侶攤開的手帕或黃衣上。

單字易開罐

泰文	拼音	中文
ไป	掰	去
นั่งรถ	難落	坐車
ตั๋วรถ	多落	車票
ซื้อตั๋ว	實多	買票
คืนตั๋ว	坑多	退票
สูบบุหรี่	淑補禮	抽煙
ลงรถ	掄落	下車
ขึ้นรถ	掯落	上車

泰文	拼音	中文
ทางเข้า	攤靠	入口
ทางออก	攤喔	出口
ที่สอบถาม	替所坦	詢問處
ที่ขายตั๋ว	替凱多	售票處
รถไฟฟ้า	落飛罰	捷運
รถเมล์	落咩	公車
รถแท็กซี่	落帖係	計程車

遊泰豆知識

浪漫古典水燈節

　　泰國另一個饒富民間神話趣味的節日就是「水燈節」。據傳在八百多年前，也就是泰國第一個王朝「素可泰王朝」，泰皇與泰國人民都會在泰曆十二月十五日月圓之日到河邊慶祝「燈節」，這時泰皇與嬪妃會乘坐龍舟遊河賞月，人民也會在河邊灑花、玩樂。

　　當時有一位手藝甚巧的貴妃，用香蕉葉折了蓮花形狀的小船，上面裝飾鮮花與蠟燭，放入水中，代表她對佛祖與河神的感恩之情。正好這艘精緻美麗的小船被泰皇看見，泰皇相當高興，於是下令以後每年十二月十五日為「水燈節」，此後各式各樣、美輪美奐的水燈一一出籠。

　　水燈節時期最熱鬧的城市，就是素可泰王朝的古都素可泰城，在這裡還會舉辦盛大的水燈設計比賽與水燈小姐選美，花車、象隊與水燈，襯托得這個古城更加詩情畫意，因此也有不少觀光客會選在這個時候，特地一訪泰國素可泰城。

第 24 章

可不可以借我書？

MP3-25

ขอยืมหนังสือได้ไหม

殼扔男十賴埋

30 秒記住這個說法！

❶ ขอยืมหนังสือได้ไหม
殼扔男十賴埋 　　　　　　　　可不可以借我書？

❷ ช่วยฉันหน่อยได้ไหม
翠強乃賴埋 　　　　　　　　　可不可以幫我一下？

❸ พูดช้าหน่อยได้ไหม
瀑洽乃賴埋 　　　　　　　　　可不可以說慢一點？

❹ ก่อนออกนอกต้องล็อกประตู
滾哦諾凍落把督 　　　　　　　出門之前要鎖門。

❺ ปากกาคุณยืมให้ฉันได้ไหม
巴嘎坤扔害強賴埋 　　　　　　你的筆可不可以借給我？

❻ เสียงเบา ๆหน่อยได้ไหม
詳包包乃賴埋 　　　　　　　　可不可以小聲一點？

❼ กรุณาปิดไฟ
嘎陸拿比飛 　　　　　　　　　請關燈。

❽ รบกวนคุณ เกรงใจจังเลย
落關坤 跟齋江勒 　　　　　　　麻煩你了，不好意思。

❾ กรุณาช่วยดูคอมพิวเตอร์ให้หน่อยได้ไหม
嘎陸拿翠嚕坤皮由得害乃賴埋 　　可不可以麻煩你幫我看一下電腦。

❿ ได้ ไม่มีปัญหา

賴 麥咪班哈　　　　　　　　　　　好的，沒有問題。

---

1 ขอยืมหนังสือสักเล่มให้ฉันได้ไหม　　　　殼扔南十傻令害強賴埋
可不可以借本書給我呀？

ขอยืมปากกาแท่งหนึ่งให้ฉันได้ไหม　　　　殼扔把嘎聽能害強賴埋
可不可以借枝筆給我呀？

ขอยืมโทรศัพท์ให้ฉันหน่อยได้ไหม　　　　殼扔拖拉啥害強乃賴埋
可不可以借電話給我呀？

---

2 ก่อนออกนอกบ้านต้องล็อกประตู　　　　滾哦諾棒凍落把督
出門之前要鎖門。

ก่อนออกนอกบ้านต้องปิดไฟ　　　　　　滾哦諾棒凍比飛
出門之前要熄燈。

ก่อนออกนอกบ้านต้องปิดคอมพิวเตอร์　　滾哦諾棒凍比空皮憂特
出門之前要關電腦。

---

3 คุณสามารถเสียงเบาหน่อยได้ไหม　　　　坤啥罵祥包乃賴埋
可不可以請你小聲點？

คุณสามารถเสียงดังหน่อยได้ไหม　　　　坤啥罵祥啷乃賴埋
可不可以請你大聲點？

คุณสามารถพูดชัดเจนหน่อยได้ไหม　　　　坤啥罵瀑恰今乃賴埋
可不可以請你說清楚點？

คุณสามารถพูดช้าหน่อยได้ไหม　　　　　坤啥罵瀑恰乃賴埋
可不可以請你說慢點？

---

4 กรุณาช่วยซ่อมคอมพิวเตอร์ให้ฉันหน่อยได้ไหม

嘎嚕拿翠宋空皮憂特害強乃賴埋

請你幫我修一下電腦好嗎？

กรุณาช่วยซ่อมเครื่องแอร์ให้ฉันหน่อยได้ไหม

嘎嚕拿翠宋揹誒害強乃賴埋

請你幫我修一下冷氣機好嗎？

กรุณาช่วยซ่อมโทรศัพท์มือถือให้ฉันหน่อยได้ไหม

嘎嚕拿翠宋偷拉傻悶疼害強乃賴埋

請你幫我修一下手機好嗎？

■聊天室 1

A: รบกวนแล้วฉันอยู่บ้านข้าง ๆ

落關廖強如半看看

不好意思，我是隔壁的住戶。

B: ช่วยปรับเครื่องเสียงเบา ๆหน่อยได้ไหม

翠拔揹祥包包乃賴埋

請把音響弄小聲一點可以嗎？

A: ขอโทษนะ ฉันเปิดดังเกินไป

殼拓那　強柏啷跟掰

不好意思，我開得太大聲了。

B: เพราะว่าจะรบกวนข้างบ้าน

破襪甲落觀看半

因為這樣會吵到別的住戶。

A: ขอโทษนะ ฉันจะระวัง

殼拓那　強甲辣汪

對不起，我會注意的。

A: ฉันอยากยืมสมุดโน๊ตอังกฤษกับคุณ

強亞扔傻母諾安幾軋坤

我想跟你借英文筆記。

B: สมุดโน๊ตอังกฤษเหรอ วันนี้ฉันไม่ได้เอามา

傻母諾安幾了　彎泥強麥賴四嗎

英文筆記？我今天沒有帶呢。

A: คุณสามารถเอามาให้ฉันพรุ่งนี้ได้ไหม

坤啥罵凹嗎害強碰尼賴埋

你可不可以明天帶給我？

B: ได้ซิ

賴系

當然可以。

A: งั้นรบกวนแล้วนะ

南落關廖那

那麼就麻煩你了。

單字易開罐

泰文	拼音	中文
ได้ซิ	賴系	可以
รบกวน	落關	麻煩
ยืม	扔	借
ได้หรือไม่	賴了埋	行不行
ประตู	巴督	門
ปิดไฟ	比飛	關燈
โทรศัพท์มือถือ	偷拉傻悶疼	手機

泰文	拼音	中文
คอมพิวเตอร์	空飄特	電腦
เครื่องเสียง	揹祥	音響
โทรศัพท์	偷拉啥	電話
เสียงดังหน่อย	祥喞乃	大聲點
ชัดเจนหน่อย	恰今乃	清楚點
เสียงเบาหน่อย	祥包乃	小聲點
เพื่อนบ้าน	碰半	鄰居
สมุดโน้ตอังกฤษ	傻母諾安幾	英文筆記

遊泰豆知識

泰國的地理位置

　　泰國位在東南亞中南半島中央，國土狀似大象頭部，順時針方向與寮國、柬埔寨、馬來西亞、緬甸相鄰，面積約與法國相等，相當於十四個台灣的大小。

　　泰國境內河流密佈，北部地區多山地，東北地區為高原地形，中部地區則是「湄南河」（又稱昭披耶河）沖積而成的肥沃平原，盛產稻米，也是泰國人口密度最高的地方。南部地區地形狹長，與馬來西亞相鄰。南部的海灘和島嶼眾多，頗有南洋風情。

第 25 章

不好意思。（抱歉的話）

MP3-26

ขอโทษนะ

殼拓那

---

30 秒記住這個說法！

❶ ขอโทษนะ ขอทางหน่อย

殼拓拿 殼攤乃

不好意思，借過一下。

---

❷ ขอโทษนะ ปากกายืมฉันหน่อยได้ไหม

殼拓那 把嘎扔強乃賴埋

不好意思，筆可不可以借我？

---

❸ ขอโทษนะ ฉันอยากถามทาง

殼拓拿 強牙談攤

不好意思，我想問路。

---

❹ ฉันขอโทษต่อคุณ

強殼拓朵坤

我對不起你。

---

❺ ขอให้คุณอภัยให้ฉันด้วย

殼害坤阿拍害強類

希望你會原諒我。

---

❻ ขอโทษจริง ๆ

殼拓金金

非常抱歉。

---

❼ ขอโทษนะ ฉันมาไม่ได้

殼拓那 強嗎賣賴

不好意思，我不能來。

---

❽ เป็นเพราะฉันไม่ระวังคิดเวลาผิดไป

濱破強賣辣汪汽威拉疋掰

是我不小心弄錯了時間。

---

❾ อย่าไปโทษเขาเลย เขาไม่ได้ตั้งใจ

亞掰拓考勒 考麥賴但災

不要責怪他，他不是故意的。

---

⑩ ไม่เป็นไร เรียบร้อยแล้ว

麥冰萊 獵雷寮　　　　　　　　　　沒關係，沒事了。

1 ขอโทษนะ ฉันสามารถนั่งได้ไหม　　　殼拓那 強啥罵難賴埋
不好意思，我可以坐下來嗎？

ขอโทษนะ ช่วยชี้แนะฉันหน่อยได้ไหม　　殼拓那 翠奇轟強乃賴埋
不好意思，我可以請教一下嗎？

ขอโทษนะ คุณสามารถช่วยฉันหน่อยได้ไหม　殼拓那 坤啥罵翠強乃賴埋
不好意思，我可以請你幫個忙嗎？

2 หวังว่าคุณคงอภัยฉัน　　　完襪坤空阿拍強
希望你能原諒我。

หวังว่าคุณคงเข้าใจฉัน　　　完襪坤空靠齋強
希望你能瞭解我。

หวังว่าคุณคงไม่โทษฉัน　　　完襪坤空麥拓強
希望你別責怪我。

3 ฉันคิดผิดเวลาแล้ว　　　強汽乏威拉寮
我弄錯時間了。

ฉันคิดผิดวันที่แล้ว　　　強汽乏彎替寮
我弄錯日期了。

ฉันคิดผิดสถานที่แล้ว　　　強汽乏傻棠替寮
我弄錯地方了。

泰國——「微笑之國」、「白象之國」

泰國古稱「暹邏」，也有「佛國」、「微笑之國」、「白象之國」、「黃衣國」的別稱。首都為「曼谷」（Bangkok），泰文稱為「功帖」，意思是「天使之城」；另有「東方威尼斯」之稱，是泰國最大的港口，全國有近一成以上的人口，居住在這個大都會區。

■聊天室

A: ฉันขอโทษต่อคุณด้วย
強殼拓朵坤類
我對不起你。

B: เรื่องอะไรร้ายแรงขนาดนั้น
令阿萊賴拎卡哪南
什麼事那麼嚴重？

A: ฉันไม่ระวังทำให้สมุดคุณสกปรก
強麥辣汪攤害傻母坤所嘎柏
我不小心把你的書弄髒了。

B: สมุดเล่มไหน
傻母另乃
哪一本書？

A: หนังสืออังกฤษเล่มที่ยืมกับคุณครั้งก่อน
南時安幾另替扔軋坤扛滾
上次跟你借的那本英文書。

B: ทำไมเป็นอย่างนี้
貪埋冰養尼
怎麼會這樣？

A: เพราะว่าวันนั้นฝนตก ไม่ระวังเลยตกบนพื้น

　　破襪彎難逢朵　麥辣彎勒朵崩盆

　　因為那天下大雨，不小心掉在地上。

B: ไม่เป็นไร คุณก็ไม่ได้ตั้งใจนี่

　　麥冰菜　昆過麥賴但齋逆

　　沒關係，你也不是故意的。

A: ฉันซื้อเล่มใหม่คืนคุณ

　　強十另埋坑坤

　　我買本新的還你。

B: ไม่ต้องแล้ว

　　麥凍寮

　　不用了。

單字易開罐

泰文	拼音	中文
ขอโทษ	殼拓	道歉
อภัย	阿拍	原諒
ถือสา	騰啥	介意
ใจกว้าง	摘慣	大方
โกรธ	果	生氣
ไม่เป็นไร	麥冰菜	沒有關係
ขอโทษ	殼拓	對不起
ขออภัย	殼啊拍	抱歉
ร้ายแรง	來拎	嚴重
สกปรก	所嘎伯	骯髒
ไม่ระวัง	麥臘彎	不小心

第 26 章

你今天有沒有空？

วันนี้คุณว่างไหม

彎尼昆萬埋

30 秒記住這個說法！

❶ ฉันอยากชวนคุณออกไป

强亞川坤喔掰 我想約你出去。

❷ วันนี้คุณว่างไหม

彎尼昆萬埋 你今天有沒有空？

❸ คุณว่างเมื่อไหร่

昆萬莫萊 你什麼時候有空？

❹ ประมาณบ่ายสามโมง

把蠻白善悶 大概下午三點。

❺ อยากชวนคุณไปดูหนัง

亞川坤掰嚕南 想約你去看電影。

❻ ขอบคุณที่เชิญชวน

殼坤替稱川 謝謝你的邀請。

❼ ตกลง พวกเรารอคุณ

朵掄 迫撈囉坤 好，我們等你。

❽ อย่ามาสาย

亞嗎骸 不要遲到。

❾ เจอกันพรุ่งนี้ตามเวลานัด

遮甘碰擬單威拉那 明天準時見。

⑩ ฉันมีธุระไปไม่ได้

強咪兔臘掰麥賴　　　　　　　　我有事不能來。

一說就會練習區

1 ฉันอยากชวนคุณไปดูกระเทยโชว์　　強亞川坤掰嚕嘎偷戳

我想約你去看人妖秀。

ฉันอยากชวนคุณไปดูการแสดงเต้นรำ　　強亞川坤掰嚕甘傻拎定喃

我想約你去看舞蹈表演。

ฉันอยากชวนคุณไปดูละครร้อง　　強亞川坤掰嚕臘空龍

我想約你去看歌劇。

ฉันอยากชวนคุณไปดูคอนเสิร์ต　　強亞川坤掰嚕空拾

我想約你去看演唱會。

2 วันนี้คุณว่างไหม　　彎尼坤萬埋

你今天有空嗎？

พรุ่งนี้คุณว่างไหม　　碰尼坤萬埋

你明天有空嗎？

วันมะรืนนี้คุณว่างไหม　　汪罵拎尼坤萬埋

你後天有空嗎？

สัปดาห์หน้าคุณว่างไหม　　傻拉那坤萬埋

你下個禮拜有空嗎？

3 วันจันทร์หน้าฉันว่าง　　汪江那強萬

我下個禮拜一有空。

วันอังคารหน้าฉันว่าง　　汪安刊那強萬

我下個禮拜二有空。

วันพุธหน้าฉันว่าง 汪瀑那強萬

我下個禮拜三有空。

4 ฉันติดธุระไปไม่ได้ 強底兔臘掰麥賴

我有事不能去。

ฉันต้องทำงานไปไม่ได้ 強凍貪因掰麥賴

我要上班不能去。

ฉันต้องประชุมไปไม่ได้ 強凍把充掰賣賴

我要開會不能去。

遊泰豆知識 ┈┈┈┈┈┈

體驗古式按摩舒服一身

　　泰國的古式按摩與盛行於印尼巴里島的花瓣浴相當不同，花瓣浴主要是美顏美體的作用，而泰國古式按摩則多了點醫療保健的味道。

　　在古老時代，醫療技術還不進步的時候，泰國人民主要是靠按摩穴道，以及服用草藥來治病，這與中國的中醫結合中藥與針灸、推拿有些相似。在兩百多年前，泰皇朱拉三世為使泰國古式按摩能繼續流傳下去，特地下令將各種按摩穴道的技巧雕刻在寺廟的石板上，而這些石板也成為傳承古式按摩重要的參考文物。

　　泰國古式按摩是從腳部開始按摩一直到頭部，按摩師會針對人體的穴道又掐又按，也會扭轉身體軀幹與四肢，為的是放鬆僵硬的身體，好讓停滯不順的氣流暢通，也可以矯正長期不正確的體態，達到鬆弛身軀的目的。

　　泰國古式按摩花費不貴，也是許多觀光客鍾愛的行程，到泰國不妨嘗試一下這種便宜又舒服的健身方式。

■聊天室

A: พรุ่งนี้คุณว่างหรือเปล่า
碰尼昆旺了保
你明天有沒有空？

B: มีธุระอะไร
咪兔臘阿萊
有什麼事嗎？

A: พรุ่งนี้วันเกิดฉัน ฉันอยากชวนเพื่อนไปร้องKTV
碰尼彎葛強　強亞川碰掰儱KTV
我明天生日，想約一些朋友去唱ＫＴＶ。

B: พวกคุณนัดกี่โมง
迫坤那幾夢
你們約幾點？

A: พวกเรานัดกันพรุ่งนี้ตอนเที่ยง12:00น.
迫撈那甘碰尼東搽喜聳那力嘎
我們約了明天中午十二點。

B: แต่ว่าพรุ่งนี้ฉันต้องไปประชุมที่บริษัท
跌襪碰尼強　掰把充替玻哩傻
但是我明天要回總公司開會。

A: ประชุมถึงกี่โมง
把充騰幾夢
會議開到幾點？

B: คงต้องช้าประมาณหนึ่งชั่วโมงถึงจะมาได้
空凍盆把忙能挫夢騰甲嗎賴
可能要晚一個小時才能來。

A: ไม่เป็นไร คุณมาถึงแล้วฉันจะไปรับคุณ

麥冰萊　坤嗎疼廖強甲掰蠟坤

沒關係，等你到了之後我來接你。

B: ก็ดี งั้นเจอกันพรุ่งนี้

過哩　暗遮甘碰尼

好的，那麼明天見。

泰國民情風俗

　　泰國受到中華、印度文化影響很深，人民大都虔誠信仰佛教，在近代的戰亂中，未遭列強佔為殖民地，幸運的保持獨立，是「河裡有米，河裡有魚」富庶安逸的自由之邦，肥沃的平原是東南亞最大的米倉。人民大都善良溫和，寬容殷勤，有「微笑之邦」的美譽。

　　泰人篤信佛教，生活和宗教密不可分，對僧侶、寺廟、神像極為尊崇。一般遊客進入寺廟時，穿著需端莊整齊，態度要謙恭有禮。泰國寺廟林立、梵唱處處，清晨時白霧繚繞的街道，常可見黃衣僧侶托缽行走，善男信女布施飯菜及金錢。

　　泰人對王室極為敬仰，也希望外國人對國王等王室成員，有一定的敬意。如見到國王肖像或王族出場時，可模仿泰人的敬禮。

單字易開罐

泰文	拼音	中文
เชิญชวน	稱川	邀請
มีนัด	咪那	約會
นัดไว้	那歪	約定
รับปาก	辣把	答應

泰文	拼音	中文
ปฏิเสธ	巴低寫	拒絕
ตามนัด	單那	赴約
ผิดนัด	疋那	失約
ตรงเวลา	東威拉	準時
สาย	骰	遲到
วันก่อน	彎共	前天
เมื่อวานซืน	末汪申	昨天
วันนี้	彎尼	今天
พรุ่งนี้	碰泥	明天
วันมะรืน	汪罵拎	後天
ร้องKTV	攏KTV	唱KTV
ประชุม	把充	開會

遊泰豆知識

泰式風味美食

　　泰國以米食為主，因受中國、印度、東南亞各國、回教等影響，烹調方式多變，口味偏重，甜、酸、辛辣的料理極多，喜歡加天然香料，如胡椒、檸檬、香菜、胡椒、咖哩、魚露等。

　　各種點心口味獨特、色彩鮮豔。其用餐習慣，不像是吃西式料理，菜一道一道的上，而是像吃中菜一樣，菜、湯都上桌，再配合米飯或麵食等主食。

　　泰國是有名的水果王國，盛產椰子、香蕉、榴槤、山竹、紅毛丹等熱帶水果。若在盛產的季節造訪，可好好的大快朵頤、盡情嚐鮮。

第 27 章

恭喜你了！

ยินดีด้วย

應哩類

30 秒記住這個說法！

❶ ขอให้คุณเดินทางโดยสุขสวัสดิภาพ

殼害坤拎湯勒屬傻瓦里怕　　　　　　　祝你旅途愉快。

❷ สุขสันต์วันเกิด

屬賞彎萵　　　　　　　　　　　　　　祝你生日快樂。

❸ ขอให้คุณการงานราบรื่น

殼害坤甘因蠟楞　　　　　　　　　　　祝你工作順利。

❹ ขอให้คุณสุขภาพแข็งแรง

殼害坤屬卡怕肯拎　　　　　　　　　　祝你身體健康。

❺ ขอให้คุณหายโดยเร็ว

殼害坤還堆溜　　　　　　　　　　　　祝你早日康復。

❻ ขอบคุณ

殼坤　　　　　　　　　　　　　　　　謝謝你。

❼ เป็นเพราะคุณดูแลช่วยเหลือ

冰破坤嚕咧翠了　　　　　　　　　　　都是承蒙您關照。

❽ ขอบคุณสำหรับของขวัญวันเกิด

殼坤閃喇孔狂汪萵　　　　　　　　　　謝謝你的生日禮物。

❾ ยินดีด้วยนะที่คุณแต่งงาน

英哩類那替坤頂因　　　　　　　　　　恭喜你結婚！

144

⓿ ยินดีด้วยที่เลื่อนตำแหน่ง มาชนแก้ว

英哩類替愣單撚 嗎充叫　　　　祝賀你升職，乾杯！

一說就會練習區

1 สุขสันต์วันเกิด
祝你生日快樂！　　　　　　屬賞汪葛

ขอให้คุณการเรียนก้าวหน้า
祝你學業進步！　　　　　　殼害坤甘拎告那

ขอให้คุณกิจการรุ่งโรจน์
祝你生意興隆！　　　　　　殼害坤給幾甘哖落

ขอให้คุณมีบุตรเร็ว ๆ
祝你早生貴子！　　　　　　殼害坤咪補溜溜

2 สุขสันต์วันเกิด
生日快樂！　　　　　　　　屬賞汪葛

สวัสดีปีใหม่
新年快樂！　　　　　　　　傻瓦哩逼埋

สุขสันต์วันคริสต์มาส
聖誕節快樂！　　　　　　　屬賞汪企史罵

สุขสันต์วันวาเลนไทน์
情人節快樂！　　　　　　　屬賞汪哇拎苔

3 ความสำเร็จของฉันในวันนี้ ซึ่งเป็นความดูแลจากคุณ
匡閃咧孔強乃汪尼 勝冰匡嚕咧甲坤
我今日的成就，都是你的關照。

145

ความสำเร็จของฉันในวันนี้ ซึ่งเป็นความช่วยเหลือจากคุณ

匡閃咧孔強乃汪尼　勝冰匡翠了甲坤

我今日的成就，都是你的幫忙。

ความสำเร็จของฉันในวันนี้ ซึ่งเป็นการขี้แนะจากคุณ

匡閃咧孔強乃汪尼　勝冰甘踢咧甲坤

我今日的成就，都是你的教導。

---

4 ยินดีด้วยที่คุณแต่งงาน　　　　　　英哩類替坤頂囡

恭喜你結婚！

ยินดีด้วยที่ได้เลื่อนตำแหน่ง　　　　英哩類替賴愕單寧

恭喜你升職！

ยินดีด้วยที่ได้รับรางวัล　　　　　　英哩類替賴蠟啷彎

恭喜你得獎！

ยินดีด้วยที่สอบเข้ามหาวิทยาลัย　　英哩類替所靠罵哈育他壓萊

恭喜你考上大學！

■聊天室

A: สวัสดีครับ/ค่ะ สุขสันต์วันเกิด

傻瓦哩喀/卡　屬賞汪葛

你好，生日快樂！

B: ไม่ต้องเกรงใจ เข้ามานั่งก่อน

脈凍跟齋　靠嗎難共

別客氣，先進來坐吧。

A: วันนี้คุณแต่งตัวสวยจังเลย

汪泥坤鼎多隨江勒

你今天打扮得真漂亮啊！

B: ขอบคุณ
可空
謝謝！

A: ของขวัญชิ้นนี้ให้คุณ
孔款情尼害坤
這份禮物送給你的。

B: กล่องดนตรีนี้ทำได้งดงามจริง ๆ
拱東低尼湯賴諾囝今今
好精緻的音樂盒。

A: คุณชอบหรือไม่
坤錯勒麥
你喜不喜歡？

B: ชอบแน่นอน คงแพงมากใช่ไหม
錯矗農 空拼罵蔡埋
當然喜歡，一定很貴吧？

A: ไม่หรอก คุณชอบก็พอแล้ว
麥裸 坤錯過波寮
不會啦，你喜歡就好了。

B: คุณนั่งก่อน ฉันไปชงชาให้
坤難共 強掰充叉害
你坐一下，我先去倒一杯茶給你。

單字易開罐

泰文	拼音	中文
อวยพร ยินดี	威矸 英哩	恭喜
แต่งงาน	頂囡	結婚

泰文	拼音	中文
เลื่อนตำแหน่ง	愣單寧	升職
ได้รางวัล	賴啷汪	得獎
สอบเข้ามหาวิทยาลัย	所靠罵哈育他呀茱	考上大學
ร่างกาย	爛該	身體
แข็งแรง	肯拎	健康
หายป่วย	還北	康復
คริสต์มาส	企沙罵	聖誕節
วันวาเลนไทน์	汪哇拎苔	情人節
ปีใหม่	逼埋	新年
ชอบ	錯	喜歡
เชิญนั่ง	稱難	請坐
สวย	水	漂亮
ของขวัญ	孔狂	禮物
งดงาม	諾囷	精緻
กล่องดนตรี	拱東低	音樂盒
แขก	咳	客人
เจ้าของ	照孔	主人
ชงชา	哈充差	倒茶

第 28 章

那位小姐真漂亮。

ผู้หญิงคนนั้นสวยจัง

MP3-29

瀑銀坤南水江

30 秒記住這個說法！

❶ เด็กผู้หญิงคนนี้สวยจัง

跌瀑營坤尼水江　　　　　　這個女孩子真漂亮。

❷ เสื้อคุณสวยจัง

設坤水江　　　　　　你的衣服真好看。

❸ ทัศนียภาพบนดอยสวยจัง

踏沙尼呀怕崩堆水江　　　　山上的風景真美。

❹ ทัศนียภาพของทะเลสวยจัง

踏沙尼呀怕孔踏咧水江　　　海邊的風景真美。

❺ ลูกสาวคุณน่ารักจัง

陸杓坤那蠟江　　　　　　你的女兒真可愛。

❻ ลูกชายคุณฉลาดจัง

陸差坤踏喇江　　　　　　你的兒子真聰明。

❼ เขาขยันทำงานมาก

考卡楊攤因罵　　　　　　他做事很勤勞。

❽ ลูกคุณน่ารักน่าเอ็นดูมาก

陸坤那蠟那恩督罵　　　　你的女兒真乖巧。

❾ อาหารร้านโน้นอร่อยมาก

阿函蘭農阿來罵　　　　　那家餐廳的菜色很棒。

149

⑩ ผลสอบของฉันครั้งนี้ดีมาก

朋所孔強看溺哩罵　　　　　　　　　我這次的考試成績很好。

一說就會練習區

---

1 ผู้หญิงคนนี้สวยจัง　　　　　　　　　瀑銀坤尼水江
這位小姐真美。

ผู้หญิงคนนี้สูงจัง　　　　　　　　　瀑銀坤尼雄江
這位小姐真高。

ผู้หญิงคนนี้ผอมจัง　　　　　　　　　瀑銀坤尼朋江
這位小姐真瘦。

ผู้หญิงคนนี้น่ารักจัง　　　　　　　　瀑銀坤尼那臘江
這位小姐真可愛。

---

2 อาหารของภัตตาคารนี้สีสันหลากหลาย　阿函孔怕搭康尼習賞喇來
這家飯店的菜色很多。

อาหารของภัตตาคารนี้อันดับหนึ่ง　　阿函孔怕搭康尼安打能
這家飯店的菜色一流。

อาหารของภัตตาคารนี้อร่อยมาก　　阿函孔怕搭康尼阿來罵
這家飯店的菜很好吃。

---

3 ลูกคุณน่ารักน่าเอ็นดูจังเลย　　　　陸坤那蠟那恩嚕江勒
你的女兒真乖巧。

ลูกสาวคุณเชื่อฟังจังเลย　　　　　陸勺坤冊方江勒
你的女兒真聽話。

ลูกสาวคุณฉลาดจังเลย　　　　　陸勺坤恰喇江勒
你的女兒真聰明。

150

ลูกสาวคุณสุภาพอ่อนโยนจังเลย　　　陸勺坤暑怕恩庸江勒
你的女兒真文靜。

4 พระอาทิตย์ตกเย็นในทะเลสวยมาก　　怕阿替奪音乃踏咧水罵
海邊的夕陽很美。

สถาปัตย์ของพระราชวังมีชื่อเสียงมาก　傻塔把孔怕辣恰汪咪次祥罵
皇宮的建築很有名。

ประวัติของวัดพระแก้วช่างเก่าก่อน　　把瓦孔襪怕較嗆稿滾
玉佛寺的歷史很悠久。

■聊天室

A: บ้านหลังนี้เป็นบ้านใหม่ของคุณเหรอ
半蘭尼冰半埋孔坤稜
這間就是你的新房子嗎？

B: ใช่ครับ นั่งตามสบาย
菜喀　難單傻掰
是的，隨便坐吧。

A: บ้านหลังนี้ก็กว้างใหญ่ดีนะ
半蘭尼過逛矮亞哩那
這房子也蠻大的呢。

B: ใหญ่กว่าบ้านเมื่อก่อนที่ฉันพักตั้งเยอะ
亞寡半末滾替強怕盪熱
比我以前住的那間大很多。

A: รับแสงก็ดี
臘形過哩
採光又好。

B: เข้ามาชมดูห้องฉันหน่อยซิ

靠嗎充嚕閣強乃系

進來我的房間參觀一下吧。

A: ว้าว คุณจัดแต่งเหมือนพระราชวังยุโรป

哇 昆甲頂門怕臘恰汪入裸

哇！你佈置得好像歐洲宮 一樣。

B: ฉันเป็นคนออกแบบเอง

強冰空喔別英

是我自己設計的。

A: เก่งจังเลย คงเสียความคิดไม่น้อย

耿江勒 空峽匡企麥挪

真厲害，一定花了不少心思。

B: คงใช้เงินไม่น้อย

空柴能麥挪

錢也花了不少。

單字易開罐

泰文	拼音	中文
สูง	雄	高
ผอม	朋	瘦
ร่าเริง	蠟拎	活潑
น่ารักน่าเอ็นดู	那臘那恩嚕	乖巧
ฉลาด	查喇	聰明
สุภาพอ่อนโยน	屬怕恩庸	文靜
อันดับหนึ่ง	安喇能	一流
วัตถุโบราณ	襪土波啷	古蹟

泰文	拼音	中文
มีชื่อเสียง	咪赤祥	有名
สง่าผ่าเผย	傻哪爬培	壯觀
แสงสว่าง	行傻往	光亮
รับแสงได้ดี	臘形賴哩	採光
ประดับประดา	把打把搭	裝潢
แวววาว	威挖	燦爛
ทำงานทำการ	湯因湯剛	做事
ไม่เลว	麥溜	不錯
เด็ก	咧	小孩子
ยอดเยี่ยม	若樣	優秀
เก่งกาจ	耿軋	厲害
สวยงาม	水安	漂亮
ได้ใจ	賴齋	得意

遊泰豆知識

多元化的泰國

　　泰國中、北部及東北部，有許多文物史蹟陸續出土，可見其歷史的悠久，和多元文化融合的情形。

　　東北山地部落中的少數民族，如長頸族，是知名的特殊景點，有其文化獨特性。北部大城清邁，為避暑勝地，有「北方玫瑰」之稱。保留許多文化遺跡、傳統祭典、手工藝文物等。

　　相較白日氣氛的寧靜祥和，泰國的夜生活是五光十色、冶艷浮華的，如人妖秀等，呈現多樣的千萬風情。

第 29 章

你的護照讓我看看。

MP3-30

ขอดูหนังสือเดินทางของคุณหน่อย

殼嚕南十登湯孔坤乃

30 秒記住這個說法！

❶ ขอดูหนังสือเดินทางของคุณหน่อย

殼嚕南十登湯孔坤乃　　　　　　　　你的護照讓我看看。

❷ ของเหล่าไหนเป็นของคุณ

孔老乃冰孔坤　　　　　　　　　　　哪些是您的東西？

❸ ในกระเป๋ามีของอะไร

乃嘎電咪孔阿來　　　　　　　　　　這個皮箱裡面有什麼？

❹ คุณมีของอะไรที่ต้องสำแดง

坤咪孔阿來替 賞拎　　　　　　　　你有沒有東西要申報？

❺ ต้องกรอกใบสำแดงเข้าเมือง

凍果掰賞拎靠悶　　　　　　　　　　麻煩要先填一份入境申請表。

❻ กระเป๋าใบนี้มีเสื้อและหนังสือของฉัน

嘎電掰尼咪設烈男十孔強　　　　　　這個箱子裡面有我的衣服和書。

❼ มีสิ่งของต้องห้ามหรือไม่

咪醒孔凍漢勒麥　　　　　　　　　　有沒有帶違禁品？

❽ รบกวนเปิดกระเป๋าให้ฉันดูหน่อย

洛關柏軋電害強嚕乃　　　　　　　　麻煩你把行李打開給我看看。

❾ เข้าแถวจุดเส้นสีเหลือง

靠條主線昔連　　　　　　　　　　　在黃線外排隊。

154

⑩ จะไปรับกระเป๋าเดินทางที่ไหน

甲掰臘軋電拎攤替乃　　　　　　　　要到哪裡拿回我的行李？

1 ขอดูหนังสือเดินทางของคุณหน่อย　　　殼嚕南十登湯孔坤乃

你的護照給我看一下。

ขอดูตั๋วเครื่องบินของคุณหน่อย　　　殼嚕奪指冰孔坤乃

你的機票給我看一下。

ขอดูใบขับขี่ของคุณหน่อย　　　　　殼嚕掰卡起孔坤乃

你的駕照給我看一下。

ขอดูใบสำแดงเข้าเมืองของคุณหน่อย　　殼嚕掰賞顛靠悶孔坤乃

你的入境申報表給我看一下。

2 เสื้อและรองเท้าในกระเป๋าเดินทางเป็นของฉัน

設烈掄逃乃嘎電拎攤冰孔強

行李箱裡面是我的衣服和鞋子。

เครื่องสำอางค์และหนังสือในกระเป๋าเดินทาง เป็นของฉัน

揹賞安烈南十乃嘎電拎攤冰孔強

行李箱裡面是我的化妝品和書。

ของขวัญในกระเป๋าเดินทางจะฝากผู้อื่น

孔狂乃嘎電拎攤甲法瀑恩

行李箱裡面是一些要送人的禮物。

3 เปิดกระเป๋าเดินทางของคุณให้ฉันดูหน่อย

柏嘎電拎攤孔坤害強嚕乃

打開你的行李給我看一下。

เปิดกระเป๋าหนังของคุณให้ฉันดูหน่อย

柏嘎電南孔坤害強嚕乃

打開你的皮箱給我看一下。

เปิดกระเป๋าถือของคุณให้ฉันดูหน่อย

柏嘎電騰孔坤害強嚕乃

打開你的手提包給我看一下。

■聊天室

A:　คุณมาครั้งแรกใช่ไหม

坤嗎扛烈蔡埋

你是第一次來嗎？

B:　ใช่ ฉันมาเมืองไทยครั้งแรก

蔡　強嗎悶胎扛烈

是的，我是第一次來泰國。

A:　มาเมืองไทยทำอะไร

嗎悶苔湯阿萊

來泰國做什麼？

B:　ฉันมาท่องเที่ยว

強嗎痛透

我是來觀光的。

A:　รบกวนเอาหนังสือเดินทางให้ฉันดู

洛關四南十登湯害強嚕

麻煩拿出護照讓我看看。

B:　คุณกะว่าจะพำนักในเมืองไทยกี่วัน

坤嘎襪甲潘那乃悶苔幾彎

你打算在泰國逗留多久？

A: ฉันกะว่าจะพำนักห้าวัน

　強嘎襪甲潘那哈彎

　我打算待五天。

B: เปิดกระเป๋าของคุณให้ฉันดูหน่อย

　柏嘎電孔坤害強嚕乃

　請你打開行李我看看。

A: ของเหล่านี้คือเสื้อและรองเท้าของฉัน

　孔老尼坑設烈掄逃孔強

　這些是我的衣服和鞋子。

B: ไปได้แล้ว ขอให้เที่ยวสนุก

　掰賴廖　殼害透傻奴

　可以走了，祝你玩得愉快。

有「佛國」之稱的泰國

　　佛教在泰國的地位，不僅僅是一般人奉為畢生的信仰，連泰皇也必須信守。泰國為君主立憲體，泰國的憲法甚至明文規定，泰皇必須是佛教徒且擁護佛教，才能登基為王，由此可見「佛教」在泰國的重要 。

　　泰國人民也認為，成年的男性佛教徒必須到寺廟修行三個月以上，才能成為一個真正的男子漢，唯有如此才被視為成熟的男人，有資格成婚。泰國人民也認為兒子到佛寺修行能為雙親修德，是一種「孝順」的行為，因此每當自家「有子初長成」，能到寺廟修行，雙親都會相當高興的通報親朋好友這項喜訊。

單字易開罐

泰文	拼音	中文
หนังสือเดินทาง	南十登湯	護照
กระเป๋าหนัง	軋電南	皮箱

泰文	拼音	中文
แจ้งให้ทราบ	敬害然	申報
ด่านศุลกากร	朗屬臘嘎工	海關
ข้างใน	看乃	裡面
เข้าแถว	靠條	排隊
เส้นสีเหลือง	現習稜	黃線
เสื้อ	設	衣服
รองเท้า	搵逃	鞋子
ของใช้ประจำวัน	孔柴把將汪	日用品
เครื่องสำอางค์	揹賞安	化妝品
ตั๋วเครื่องบิน	奪揹冰	機票
ใบสำแดงเข้าเมือง	掰賞拎靠悶	入境申報單
ใบขับขี่	掰卡起	駕照

遊泰豆知識

是拉差龍虎園—老虎 vs. 鱷魚

　　如果有人敢騎在老虎的背上，你相信嗎？在是拉差龍虎園，不一定要是泰山才能讓老虎溫馴的成為你的座騎，就算是小孩子，也一樣能讓老虎乖乖地任人撫摸。

　　是拉差龍虎園，目前已經飼養約兩百頭的孟加拉虎，是世界上最大的虎園，你不但可以抱著可愛的小老虎照相，也可以勇敢的捋著虎鬚扮演「泰山」，因為在這裡，所有的老虎都是和小豬一起長大的，從小喝母豬奶的老虎和小豬成為好朋友，不但營養更好、發育完全，而且個百性溫馴許多，可以供觀光客拍照、撫摸。

　　是拉差龍虎園還飼養著鱷魚，驚險的鱷魚秀，會令遊客看了捏一把冷汗，而溫馨的小鱷魚誕生場景，則可以讓人體驗鱷魚蛋在手中孵化、破殼的奇妙經驗。

第 30 章

告別泰國

ลาก่อนเมืองไทย

拉拱悶苔

30 秒記住這個說法！

1 ฉันอยากจองตั๋วเครื่องบินขากลับ

強亞中奪揹冰卡軋　　　　　　　　　　我想要訂回程機票。

2 ตั๋วเครื่องบินจากกรุงเทพถึงไทเปยังมีที่นั่งไหม

奪揹兵甲工帖掰騰苔鱉央咪替難埋　　　從曼谷到台北的機票還有沒有位子？

3 ฉันต้องการจองชั้นประหยัด

強涷剛中強巴亞　　　　　　　　　　　我要訂經濟艙。

4 ยังมีที่นั่งใกล้หน้าต่างไหม

央咪替難蓋那膽埋　　　　　　　　　　還有沒有靠窗邊的位子？

5 ฉันอยากเปลี่ยนวันที่ขากลับ

強亞邊彎替卡軋　　　　　　　　　　　我想改回程日期。

6 ฉันต้องการจองเที่ยวบินตอนกลางคืนหนึ่งทุ่ม

強涷剛中透兵東甘坑能痛　　　　　　　我要訂晚上 7 點的飛機。

7 รบกวนคุณต้องไปถึงสนามบินก่อนสองชั่วโมง

洛關坤涷掰騰傻南冰滾聳挫蒙　　　　　麻煩你提早兩個小時到機場。

8 ฉันอยากเช็คเอาท์

強亞竊傲　　　　　　　　　　　　　　我想要check out。

9 ตรวจเช็คกระเป๋าเดินทางว่าครบหรือไม่

朵妾軋雹登湯襪擴了麥　　　　　　　　檢查一下行李齊不齊。

⑩ คราวหลังมาเที่ยวอีก
考欄嗎透以　　　　　　　　　　下次再來玩。

一說就會練習區

1 ฉันอยากจองตั๋วเครื่องบินขากลับ　　強亞中奪揹濱卡軋
我想要訂回程機票。

ฉันอยากจองห้องเตียงคู่　　　　強亞中鬨顛庫
我想要訂雙人套房。

ฉันอยากจองอาหารชุดวาเลนไทน์　　強亞中阿函處挖拎苔
我想要訂情人節套餐。

ฉันอยากจองที่นั่งใกล้ช่องหน้าต่าง　　強亞中替難蓋從那膽
我想要訂窗口的位子。

---

2 ฉันอยากเปลี่ยนวันที่ขากลับ　　強牙扁彎替卡嘎
我想改回程日期。

ฉันอยากเปลี่ยนเที่ยวบิน　　　　強牙扁透冰
我想改飛機班次。

ฉันอยากเปลี่ยนวันที่เดินทาง　　強牙扁汪替登貪
我想改出發日期。

---

3 ตรวจเช็คทรัพย์สินสำคัญของคุณว่าอยู่ครบหรือไม่
朵竊煞型賞康孔坤襪乳擴勒麥
檢查一下你的行李齊不齊。

ตรวจเช็คทรัพย์สินสำคัญของคุณว่ายังอยู่หรือไม่
朵竊煞型賞康孔坤襪央乳勒麥
檢查一下你的貴重物品在不在。

160

ตรวจเช็คกระเป๋าเงินของคุณว่ายังอยู่หรือไม่

朵竊嘎電能孔坤襪央乳勒麥

檢查一下你的錢包在不在。

ตรวจเช็คเอกสารของคุณว่ายังอยู่หรือไม่

朵竊也嘎賞孔坤襪央乳勒麥

檢查一下你的證件在不在。

---

4 มีที่นั่งใกล้หน้าต่างหรือไม่　　　　咪替難蓋那膽了麥

有沒有靠窗邊的位子？

มีตั๋วที่นั่งชั้นประหยัดหรือไม่　　　　咪奪替難強巴亞勒麥

有沒有經濟艙的位子？

มีตั๋วที่นั่งชั้นธุรกิจหรือไม่　　　　咪奪替難強兔蠟幾勒麥

有沒有商務艙的位子？

มีตั๋วที่นั่งชั้นเฟิสท์คลาสหรือไม่　　　　咪奪替難強佛十卡勒麥

有沒有頭等艙的位子？

遊泰豆知識

芭達雅─東方夏威夷

　　芭達雅是泰國著名的海濱城市，有「東方夏威夷」的美稱，也相當盛行各種海上活動，而岸上小販販售的紀念品，如用木片寫上名字的鑰匙圈、星砂貝殼飾品、手工編織的布包等，或者是人體彩繪、編織頭髮等，也足以讓玩夠水上活動的觀光客流連忘返。

A: ทำไมคุณมาช้าจัง
貪買坤媽恰將
怎麼你那麼晚才來？

B: เกรงใจจัง ฉันหลับไป
跟摘江　強喇掰
不好意思，我睡過頭了。

A: พูดเล่นนะ พวกเราก์เพิ่งมาถึง
瀑吝那　破撈過噴媽騰
開玩笑而已，我們也是剛到。

B: ขอโทษด้วยนะ ที่ต้องให้พวกคุณรอ
括拓對那　替凍害破坤囉
要你們等，真是對不起。

A: ไม่เป็นไร พวกเราไปเช็คอินก่อน
麥冰萊　破撈掰竊音共
沒關係，我們先去check in吧。

B: ขอบคุณนะ ครั้งนี้ท่องเที่ยวได้สนุกมาก
可坤那　扛尼痛透賴傻奴罵
謝謝你了，這次我玩得很高興。

A: ต่อไปมาเมืองไทย ต้องมาหาพวกเรานะ
奪掰媽悶苔　凍媽哈迫撈那
下次你來泰國的時候，一定要找我們啊！

B: แน่นอน
聶農
一定，一定。

A: ขอให้เดินทางโดยสวัสดิภาพ

殼害登貪堆傻瓦底帕

祝你一路順風！

單字易開罐

泰文	拼音	中文
กระเป๋าเดินทาง	嘎實登湯	行李
ขึ้นเครื่อง	揹看	登機
รักษาตัว	辣啥多	保重
ส่งเครื่อง	聳揹	送機
เที่ยวบินขากลับ	透冰卡軋	回程飛機
เที่ยวบิน	透冰	飛機班次
เวลาเครื่องออก	威拉揹哦	起飛時間
ก่อนเวลา	拱威拉	提早
สนามบิน	傻南冰	機場
ตรวจเช็ค	短切	檢查
ช่องหน้าต่าง	從納膽	窗口
ชั้นประหยัด	強把亞	經濟艙
ชั้นธุรกิจ	強兔臘幾	商務艙
ชั้นเฟิสท์คลาส	強佛施卡	頭等艙泰語發音

Part 2

泰語發音和單字

泰語入門篇

泰語簡介

泰語也稱暹邏語，目前為泰國的官方語言，屬漢藏語系的一支，使用人口約有六千萬人。泰語分書面語和口語，本書採用較實用的口語體。

泰語是十三世紀素可泰王朝的國王藍甘亨大帝所創，泰語中吸收了大量的梵文、巴利語，還有其他高棉語、馬來語、漢語、英語詞彙。

泰文為拼音文字，子音字母有四十四個，其中有兩個較少使用已廢除。子音字母共有子音音素三十二個。其中單子音有二十一個，複合子音有十一個，可分為三類：中子音、高子音、低子音。

泰語母音有三十二個，分長短可以區別詞義，有單母音和複合母音兩類，複合母音又可分為雙母音和三母音。母音字母可出現在子音字母的前後，也可出現在子音字母的上、下部位。

泰語有四個聲調符號，第一聲調不標符號，可分五種聲調。泰語聲調的高、低、升、降，可區別意義。書寫時，聲調符號標在子音的右上角。若子音上方有母音，須寫在母音之上。泰語的聲調不同，意思也會有所不同。

泰語詞彙主要是單音節詞，無時態變化，以詞序和虛詞表達語法意義。泰語句子通常包括主語和謂語，基本詞序是主語、謂語、受詞。泰文書寫方式為自左而右，通常不使用標點符號。

◆ 子音介紹

	子音	音標	拼音	單字	拼音	中文
1	ก	k	鍋	ไก่	改	雞
2	ข	kh	咳	ไข่	凱	蛋
3	ฃ	kh	咳	ขวด	垮	瓶子
4	ค	kh	科	ควาย	尚	牛
5	ค	kh	科	คน	空	人
6	ฆ	kh	科	ระฆัง	辣康	鐘
7	ง	n	呢	งู	奴	蛇
8	จ	c	桌	จาน	髒	盤子
9	ฉ	ch	措	ฉิ่ง	請	小鈸
10	ช	ch	搓	ช้าง	強	象
11	ซ	s	說	โซ่	碩	鐵鍊
12	ฌ	ch	搓	เฌอ	搓呷車	樹木
13	ญ	y	唷	หญิง	銀	女士
14	ฎ	d	多	ชฎา	恰搭	冠
15	ฏ	t	多	ปฏัก	把打	刺棍
16	ฐ	th	陀	ฐาน	唐	塔座

	子音	音標	拼音	單字	拼音	中文
17	ฑ	th	脫	มณโฑ	曼陀	魔后 （美女）
18	ฒ	th	脫	ผู้เฒ่า	舖套	老翁
19	ณ	n	挪	เณร	寧	小僧
20	ด	d	多	เด็ก	疊	小孩
21	ต	t	多	เต่า	倒	烏龜
22	ถ	th	駝	ถุง	同	袋子
23	ท	th	脫	ทหาร	踏航	軍人
24	ธ	th	脫	ธง	通	旗
25	น	n	呢	หนู	奴	老鼠
26	บ	b	玻	ใบไม้	掰埋	葉子
27	ป	p	玻	ปลา	八	魚
28	ผ	ph	婆	ผึ้ง	碰	蜜蜂
29	ฝ	f	佛	ฝา	法	蓋子
30	พ	ph	波	พาน	潘	奉獻盤
31	ฟ	f	佛	ฟัน	方	牙齒
32	ภ	ph	潑	สำเภา	散拋	帆船
33	ม	m	摸	ม้า	麻	馬

	子音	音標	拼音	單字	拼音	中文
34	ย	y	唷	ยักษ์	亞	妖怪
35	ร	r	囉	เรือ	了	船
36	ล	l	囉	ลิง	拎	猴子
37	ว	w	窩	แหวน	文	戒指
38	ศ	s	所	ศาลา	啥拉	涼亭
39	ษ	s	索	ฤาษี	了昔	隱修人
40	ส	s	索	เสือ	捨	老虎
41	ห	h	合	หีบ	喜	箱子
42	ฬ	l	囉	จุฬา	主拉	風箏
43	อ	o	喔	อ่าง	俺	盆
44	ฮ	h	豁	นกฮูก	諾戶	貓頭鷹

母音介紹

MP3-33

	母音	音標	拼音	單字	拼音	中文
1	-ะ	a	啊	จะ	甲	將或要
2	-า	a	啊	วาจา	哇佳	言語
3	-ิ	i	易	ปิด	比	關

PART 2 泰語發音和單字

	母音	音標	拼音	單字	拼音	中文
4	◌ี	i	一	สีเขียว	習求	綠色
5	◌ึ	u	勿	นึกถึง	嫩疼	想到
6	◌ื	u	無	มือถือ	悶疼	手機
7	◌ุ	u	物	สุข	數	快樂
8	◌ู	u	烏	ลูกหมู	路模	小豬
9	เ-ะ	e	耶	เกะกะ	給軋	雜亂
10	เ-	e	耶	เท	貼	倒
11	แ-ะ	ae	耶	และ	列	與
12	แ-	ae	耶	แต่	跌	但
13	โ-ะ	o	哦	โต๊ะ	惰	桌子
14	โ-	o	哦	โมโห	摸河	生氣
15	เ-าะ	o	哦	เหมาะเจาะ	抹左	合適，恰當
16	-อ	o	哦	รอ	囉	等待
17	เ-อะ	oe	哦	เลอะเทอะ	樂特	髒兮兮
18	เ-อ	oe	額	เจอ	遮	遇見
19	เ-ียะ	ia	亞	เกี๊ยะ	斤那	木屐
20	เ-ีย	ia	訝	เสีย	峽	壞

	母音	音標	拼音	單字	拼音	中文
21	เ-อะ	ua	俄	เดอะ	得	無中文意思
22	เ-อ	ua	俄	เบื่อ	本阿	厭煩
23	-ัวะ	ua	哇	อัวะ	啊襪	我
24	-ัว	uw	娃	หัว	華	頭
25	-ำ	am	安	ทำ	湯	作
26	ใ-	ai	賣姆	ใจ	災	心
27	ไ-	ai	賣姆拉	ไม่	賣	不
28	เ-า	ai	凹	เกา	高	抓癢
29	ฤ รี	th	樂日	ฤดู	樂都	季節
30	ฤๅ รือ	th	樂日	ฤาษี	了昔	隱修人
31	ฦ ลี	th	樂日	ภาชา	了叉	對國王之稱呼
32	ฦๅ ลือ	th	樂了	ภาสาย	了骰	對國王之稱呼

❶ 問候的話

คำทักทายปราศรัย

中文	泰文	拼音
早安	อรุณสวัสดิ์	阿掄沙瓦
午安	สวัสดีตอนบ่าย	沙瓦低東
晚安	ราตรีสวัสดิ์	拉低沙瓦
再見	ลาก่อน	拉拱
請	เชิญ กรุณา	稱 咖路那
謝謝	ขอบคุณ ขอบใจ	可坤 可齋
對不起	ขอโทษ	殼透
不好意思	เกรงใจ	耕摘
沒關係	ไม่เป็นไร	麥邊來
不客氣	ไม่ต้องเกรงใจ	麥動耕齋
你好	สวัสดีค่ะ สวัสดีครับ	沙瓦低卡 沙瓦低抗
大家好	สวัสดีทุกคน สวัสดีทุกท่าน	沙瓦低吐空 沙瓦低吐嘆
還好	ยังสบายดี	央沙 低
哪裡	ไม่หรอก	麥裸
拜託你了	รบกวนคุณล่ะ	落關坤喇
要緊嗎？	เป็นไรไหม	邊來埋
不要緊	ไม่เป็นไร	麥邊來

中文	泰文	拼音
請問	ขอถาม	殼談
請慢用	ค่อยๆใช้ค่ะ	快快才卡
請慢走	ค่อยๆไปค่ะ	快快百卡
請稍候	กรุณารอซักครู่	咖路那囉煞酷

這個怎麼說，看圖來記憶！

打招呼

① 早安
อรุณสวัสดิ์
阿論沙瓦

② 午安
สวัสดีตอนบ่าย
沙瓦低東

③ 晚安
ราตรีสวัสดิ์
拉低沙瓦

④ 再見
ลาก่อน
拉拱

❷ 家族

ครอบครัว

中文	泰文	拼音
爺爺	ปู่	補
奶奶	ย่า	亞
外公	ตา	搭
外婆	ยาย	押一
爸爸	พ่อ บิดา	迫 比搭
媽媽	แม่ มารดา	滅 嗎搭
丈夫	สามี	啥咪
妻子	ภรรยา	潘拉押
伯父	ลุง	隆
伯母	ป้า	爸
叔父	อาชาย	阿猜
嬸嬸	อาสะใภ้	阿洒派
阿姨	น้าหญิง	拿營
姨父	น้าเขย	拿殼
舅舅	น้าชาย	拿猜
舅媽	น้าสะใภ้	拿洒派

中文	泰文	拼音
哥哥	พี่ชาย	闊猜
姊姊	พี่สาว	闊勺
弟弟	น้องชาย	弄猜
妹妹	น้องสาว	弄勺
堂哥	ลูกพี่ชาย	路闊猜
堂姐	ลูกพี่สาว	路闊勺
表弟	ลูกน้องชาย	路弄猜
表妹	ลูกน้องสาว	路弄勺
兒子	ลูกชาย	路猜
女兒	ลูกสาว	路勺
孫子	หลานชาย	藍猜
姪子	หลานชาย	藍猜
外甥	หลานชาย	藍猜
嫂子	พี่สะใภ้	闊洒派

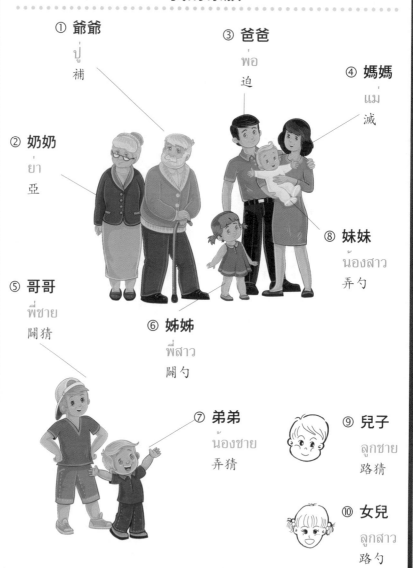

這個怎麼說，看圖來記憶！

我的家族

① **爺爺**
ปู่
補

② **奶奶**
ย่า
亞

③ **爸爸**
พ่อ
迫

④ **媽媽**
แม่
滅

⑤ **哥哥**
พี่ชาย
闕猜

⑥ **姊姊**
พี่สาว
闕勺

⑦ **弟弟**
น้องชาย
弄猜

⑧ **妹妹**
น้องสาว
弄勺

⑨ **兒子**
ลูกชาย
路猜

⑩ **女兒**
ลูกสาว
路勺

❸ 人際關係

มนุษย์สัมพันธ์

MP3-36

中文	泰文	拼音
你	คุณ เธอ	坤 / 特
我	ผม กระผม ฉัน ดิฉัน หนู ข้าพเจ้า	朋/咖朋/強/低強/奴/喀怕叫
他	เขา	考
誰	ใคร ผู้ใด	開 / 曝呆
你們	พวกคุณ พวกเธอ	迫坤 / 迫特
我們	พวกเรา	迫撈
他們	พวกเขา	迫考
你的	ของคุณ	孔坤
我的	ของผม	孔朋
他的	ของเขา	孔考
朋友	เพื่อน	碰
同事	เพื่อนร่วมงาน	碰亂安
鄰居	เพื่อนบ้าน	碰半
男朋友	เพื่อนชาย แฟน	碰猜 / 風
女朋友	เพื่อนหญิง แฟน	碰營 / 風
老闆	เจ้านาย	叫乃
員工	คนงาน พนักงาน	坤嚷 / 扒那嚷
老人	ผู้ใหญ่ คนแก่ คนชรา	鋪雅 / 坤給 / 坤恰拉

中文	泰文	拼音
年輕人	วัยรุ่น	歪論
小孩	เด็ก	碟
男人	ผู้ชาย	鋪猜
女人	ผู้หญิง	曝營

❹ 節日

รายการ

MP3-37

中文	泰文	拼音
新年	วันปีใหม (วันที่ ๑ เดือนมกราคม)	灣逼買 （灣替能登末軋拉空）
萬佛節 （2月月圓日）	วันมาฆบูชา (วันพระจันทร์เต็มดวง เดือนกุมภาพันธ์)	灣媽課布擦 （灣怕沾登端登供趴潘）
開國紀念日 （4月6日）	วันจักรี (วันที่ ๖ เดือนเมษายน)	灣眨哩 （灣替火登咩啥擁）
潑水節 （4月13-15日）	วันสงกรานต์(วันที่ ๑๓~๑๕ เดือนเมษายน)	灣松崗 （灣替洗三疼洗哈 登滅啥擁）
國王登基紀念日 （5月5日）	วันฉัตรมงคล (วันที่ ๕ เดือนพฤษภาคม)	灣恰夢空 （灣替哈 登暴傻趴空）
春耕節 （5月上旬吉日）	วันพืชมงคล (วันฤกษ์ดีเดือนพฤษภาคม)	灣皮夢空 （灣樂低 登暴傻趴空）

中文	泰文	拼音
佛誕節 （5月28日）	วันวิสาขบูชา (วันที่ ๒๘ เดือนพ ฤษภาคม)	灣玉啥卡布擦 (灣替意洗憋 登暴傻趴空)
守夏節 （7月27日）	วันเข้าพรรษา (วันที่ ๒๗ เดือนก รกฎาคม)	灣靠潘啥 （灣替意洗姐 登嘎辣嘎 搭空）
母親節 （皇后誕辰，8月 12日）	วันแม่แห่งชาติ วันเฉลิมพระชนม พรรษา (พระราชินีประสูตร วันที่๑๒เดือน สิงหาคม)	灣滅橫岔 灣擦冷怕充潘 啥 （怕拉氣你把數 灣替 洗繩登行蛤空）
五世皇紀念日 （10月23日）	วันปิยมหาราช (วันที่ ๒๓ เดือน ตุลาคม)	灣比亞馬哈辣 （灣替意洗賞登賭拉空）
父親節 （國王誕辰，12 月5日）	วันพ่อ วันเฉลิมพระชนมพรรษา (พระเจ้าอยู่หัวประสูติ วันที่ ๕ ธันวาคม)	灣迫　灣踏冷怕充潘啥 （怕照雨華把署 灣替哈 貪挖空）
行憲紀念日 （12月10日）	วันรัฐธรรมนูญ (วันที่ ๑๐ เดือนธันวาคม)	灣辣踏湯馬濃 （灣替喜 登貪挖空）
國慶日	วันชาติ	灣恰

❶ 一般料理
อาหารทั่ว ๆ ไป

MP3-38

中文	泰文	拼音
早飯	อาหารเช้า	阿含喬
中飯	อาหารจีน	阿含金
午飯	อาหารกลางวัน	阿含剛灣
晚飯	อาหารเย็น	阿含煙
宵夜	อาหารค่ำ อาหารโต้รุ่ง	阿含看　阿含奪哢
稀飯（粥）	ข้าวต้ม (โจ๊ก)	靠凍 (卓)
河粉	ก๋วยเตี๋ยวเส้นเล็ก	粿條現列
米粉	เส้นหมี่	現米
炒麵	หมี่ผัด	米旁
湯麵	บะหมี่น้ำ	把米南
小菜	กับแกล้ม	趕更
套餐	อาหารชุด	阿含處
冷盤	ออร์เดิฟ	喔得
葷菜	อาหารคาว	阿含考
素菜	อาหารมังสวิรัติ	阿含芒傻位辣
火鍋	สุกี้ยากี้ หม้อไฟ	屬擠牙擠　莫飛
便當	ข้าวกล่อง	靠拱

中文	泰文	拼音
點菜	อาหารตามสั่ง	阿含單賞
菜單	เมนูอาหาร รายการอาหาร	咩努阿含 來甘阿含
結帳	เช็คบิล	卻賓

❷ 美食樂園

อาหารอร่อย

中文	泰文	拼音
青木瓜沙拉	ส้มตำ	送單
涼拌花枝	ยำปลาหมึก	央巴門
涼拌海鮮	ยำทะเล	央他咧
涼拌冬粉	ยำวุ้นเส้น	央文縣
魚肚沙拉	ยำกระเพาะปลา	央嘎迫巴
酸肉	แหนม	能
炸春捲	ปอเปี๊ยะทอด	博別拓
咖哩炒蟹	ปูผัดผงกะหรี่	布爬朋嘎里
咖哩雞	แกงเขียวหวานไก่	跟求完改
椰汁炒雞肉	พะแนงไก่	趴能改
椰汁炒牛肉	พะแนงเนื้อ	趴能呢
椰汁炒豬肉	พะแนงหมู	趴能母
辣炒牛肉	แกงเผ็ดเนื้อ	耕撇呢
辣炒雞肉	แกงเผ็ดไก่	耕撇改

中文	泰文	拼音
辣炒豬肉	แกงเผ็ดหมู	耕撇母
蒜泥蝦	กุ้งกระเทียม	共嘎天
炸蝦	กุ้งทอด	共唾
清蒸蟹	ปูนึ่ง	逋嫩
炒花枝	ผัดปลาหมึก	扒八門
燒烤雞肉	ไก่ย่าง	改樣
烤雞	ไก่อบ	改哦
辣碎肉	ลาบ	辣
月亮蝦餅	กุ้งทอดพระจันทร์	共唾怕章
蝦醬空心菜	ผักบุ้งผัดกะปิ	爬蹦爬嘎比
清蒸檸檬魚	ปลานึ่งมะนาว	巴嫩罵腦
清蒸鱸魚	ปลากระพงนึ่ง	八軋砰濘
三味鱸魚	ปลากระพงสามรส	八軋砰三落
清蒸石斑魚	ปลาเก๋านึ่ง	巴搞濘
烤龍蝦	กุ้งมังกรอบ	共芒工哦
糖醋魚	ปลาเปรี้ยวหวาน	八標王
紅燒魚	ปลาน้ำแดง	巴南登
檸檬蝦湯	ต้มยำกุ้ง	動央共
檸檬魚湯	ต้มยำปลา	動央巴
河粉湯	ก๋วยเตี๋ยวน้ำ	粿條南
什錦炒河粉	ผัดไทย	爬苔
炒米粉	หมี่ผัด	米爬

中文	泰文	拼音
蝦醬炒飯	ข้าวคลุกกะปิ	靠庫嘎比
鳳梨炒飯	ข้าวผัดสัปปะรด	靠爬傻把落
烤肉串	สะเต๊ะ	沙爹
烤牛肉丸	ลูกชิ้นเนื้อปิ้ง	路勤呢並
炸蝦蟹肉丸	ลูกชิ้นทอด(ปู กุ้ง)	路勤拓（逋 共）
糖醋排骨	ซี่โครงหมูเปรี้ยวหวาน	細空母標王
鱺魚肉湯	ต้มจืดลูกชิ้นปลา	怎路勤八
蠔油鮑魚	เป๋าฮื้อผัดน้ำมันหอย	寶賀爬南芒懷
燉牛肉	เนื้อวัวตุ๋น	能窩墩
燕窩	รังนก	朗諾
油炸脆豬皮	แคบหมู	課母
竹筒飯	ข้าวหลาม	靠朗
烤鴨	เป็ดย่าง	瘸樣
烤乳豬	หมูหัน	母航
白飯	ข้าวเปล่า	靠寶

❸ 零食點心

อาหารว่าง

MP3-40

中文	泰文	拼音
蝦餅	ข้าวเกรียบกุ้ง	靠給共
魚餅	ข้าวเกรียบปลา	靠給巴

中文	泰文	拼音
烤椰塔	ขนมครก	卡農括
椰乾	มะพร้าวแห้ง	罵袍恨
椰子糖	ลูกอมรสมะพร้าว	路翁洛罵袍
香蕉餡餅	ขนมปังไส้กล้วย	卡農邦晒貴
椰奶西米露	สาคู	啥哭
千層糕	ขนมชั้น	卡農強
椰蛋蔥油糕	ขนมหม้อแกง	卡農末跟
水果乾	ผลไม้อบแห้ง	婆拉麥喔恨
鳳梨乾	สับปะรดอบแห้ง	傻八洛喔恨
芒果乾	มะม่วงอบแห้ง	罵曼喔恨
芭樂乾	ฝรั่งอบแห้ง	法朗喔恨
木瓜乾	มะละกออบแห้ง	罵辣郭喔恨
香蕉乾	กล้วยฉาบ	貴踏
桃子乾	ท้ออบแห้ง	陀喔恨
腰果酥	เมล็ดมะม่วงหิมพานต์กรอบ	滅列罵夢橫罵潘果
糖漬蓮藕	เง่าบัวเชื่อม	鬧包趁
糖漬香蕉	กล้วยเชื่อม	貴趁
糖漬南	ฟักทองเชื่อม	法通趁
糖漬芋頭	เผือกเชื่อม	頗趁
糖漬樹薯	มันสำปะหลังเชื่อม	饅閃把蘭趁
榴槤糕	ทุเรียนกวน	兔拎官
青芒果絲	มะม่วงดิบ	罵孟底

中文	泰文	拼音
炸蚱蜢	ตั๊กแตนทอด	大軋丁拓
炸竹蛆	รถด่วนทอด	落短拓
炸小蟲	แมลงทอด	罵拎拓

❹ 調味品

เครื่องปรุง

中文	泰文	拼音
蔥	ต้นหอม	動橫
薑	ขิง	坑
蒜	กระเทียม	嘎天
茴香	แอนนีชีด	恩尼系
紫蘇	ยอดเฟิร์น	若分
檸檬葉	ใบมะกรูด	罵拱
辣椒	พริก	闊
青辣椒	พริกหนุ่ม	闊農
辣椒醬	ซอสพริก	碩闊
辣椒粉	พริกป่น	闊本
辣椒乾	พริกแห้ง	闊恨
魚露	น้ำปลา	南巴
蝦醬	กะปิ	嘎比
咖哩	กะหรี่	嘎里

185

中文	泰文	拼音
胡椒粉	พริกไทย	闞胎
胡椒鹽	พริกไทยเกลือ	譬胎哥
薄荷葉	ใบสะระแหน่	掰傻辣捏
芫荽	ผักชี	爬七
九層塔（羅勒）	กะเพรา(โหระพา)	葛拋（活辣趴）
萊姆汁	น้ำไล้ท์	南萊
椰汁	กะทิ(น้ำมะพร้าว)	嘎替（南罵跑）
椰奶	น้ำกะทิ	南軋替
羅望子汁	น้ำมะขาม	南罵扛
乾蝦	กุ้งแห้ง	共恨
花生粉	ถั่วลิสงบด	妥立雄本
烘焙花生	ถั่วลิสงคั่ว	妥立雄跨
小蕃茄	มะเขือเทศลูกเล็ก	馬咳特路列
芥末	มัสตาส	麻傻答
雞湯	ซุปไก่	素改

❺ 蔬菜

ผัก

MP3-42

中文	泰文	拼音
黃瓜	แตงกวา	登瓜
青木瓜	มะละกอดิบ	馬拉鍋頂

中文	泰文	拼音
南瓜	ฟักทอง	法通
絲瓜	บวบ	跛
苦瓜	มะระ	罵辣
冬瓜	ฟักเขียว	法求
地瓜	มันเทศ	芒帖
小黃瓜	แตงกวา	登瓜
大白菜	ผักกาดขาว	爬嘎考
高麗菜	กะหล่ำปลี	軋蘭逼
芹菜	คื่นช่าย	揹菜
菠菜	ผักโปยเล้ง	爬背零
花椰菜	ดอกบรอเคอลี	朵玻科哩
洋蔥	หัวหอม	華紅
青椒	พริกหยวก	譬遠
豆芽菜	ถั่วงอก	駝諾
紅蘿蔔	แคร์รอท	科裸
蘿蔔	หัวผักกาด	華爬嘎
馬鈴薯	มันฝรั่ง	滿發朗
玉蜀黍	ข้าวโพด	靠迫
蕃茄	มะเขือเทศ	馬殼特
茄子	มะเขือ	馬殼
香菇	เห็ดหอม	何紅
豌豆	ถั่วลันเตา	妥藍刀

泰語發音和單字

中文	泰文	拼音
四季豆	ถั่วแขก	妥殼
空心菜	ผักบุ้ง	爬蹦
芥藍菜	ผักคะน้า	爬喀拿
海帶	สาหร่าย	洒來
紫菜	สาหร่ายทะเล	洒來他咧
韭菜	ผักกุ้ยฉ่าย	爬貴菜
豆腐	เต้าหู้	到戶
蓮藕	เง่าบัว	鬧撥
蘆筍	หน่อไม้ฝรั่ง	挪麥罰朗
竹筍	หน่อไม้	挪麥

這個怎麼說，看圖來記憶！

蔬菜大觀園

① 黃瓜
แตงกวา
登瓜

② 南瓜
ฟักทอง
法通

③ 大白菜
ผักกาดขาว
爬嘎考

④ 菠菜
ผักโปยเล้ง
爬背零

⑤茄子
มะเขือ
馬殼

⑥ 辣椒
พริก
闢

⑦ 蘿蔔
หัวผักกาด
華爬嘎

⑧ 玉蜀黍
ข้าวโพด
靠迫

❻ 水果

ผลไม้

中文	泰文	拼音
榴槤	ทุเรียน	吐連
山竹	มังคุด	忙酷
紅毛丹	เงาะ	諾
菠蘿蜜	ขนุน	卡濃
鳳梨	สับปะรด	洒把落
蓮霧	ชมพู่	充暴
椰子	มะพร้าว	罵炮
芒果	มะม่วง	罵夢
荔枝	ลิ้นจี่	林幾
龍眼	ลำไย	藍押
芭樂	ฝรั่ง	發朗
火龍果	แก้วมังกร	叫饅工
石榴	ทับทิม	踏聽
水梨	สาลี่	啥力
蘋果	แอปเปิ้ล	餓笨
西瓜	แตงโม	登摸
木瓜	มะละกอ	馬辣鍋

中文	泰文	拼音
哈密瓜	แตงฮามเมลอน	登哈咩龍
香瓜	แตงหอม	登紅
橘子	ส้มเขียวหวาน	送求完
柳橙	ส้มเช้ง	送蹭
柿子	ลูกพลับ	路怕
柚子	ส้มโอ	送喔
楊桃	มะเฟือง	罵分
櫻桃	เชอรี่	車立
草莓	สตรอเบอรี่	洒多撥立
檸檬	มะนาว	罵腦
葡萄	องุ่น	阿拱
香蕉	กล้วยหอม	貴紅
芭蕉	กล้วย	貴
桃子	ลูกท้อ	路唾
水蜜桃	ลูกท้อน้ำผึ้ง	路唾南碰
李子	ลูกไหน	路乃
甘蔗	อ้อย	愛

水果樂園

① 鳳梨
สับปะรด
洒把落

② 榴槤
ทุเรียน
吐連

③ 蘋果
แอปเปิ้ล
誒笨

④ 西瓜
แตงโม
登摸

⑤ 木瓜
มะละกอ
馬辣鍋

⑥ 橘子
ส้มเขียวหวาน
送求完

⑦ 葡萄
องุ่น
阿拱

⑧ 桃子
ลูกท้อ
路唾

❼ 肉類

ประเภทเนื้อสัตว์

中文	泰文	拼音
雞肉	เนื้อไก่	呢改
火雞肉	เนื้อไก่งวง	呢改汪
雞皮	หนังไก่	呢改
雞腿	น่องไก่	弄改
雞胸肉	อกไก่	哦改
雞爪	ขาไก่	卡改
雞脖子	คอไก่	擴改
雞翅膀	ปีกไก่	比改
雞肝	ตับไก่	打改
雞心	หัวใจไก่	華災改
雞胗	กระเพาะไก่	嘎迫改
烏骨雞	ไก่ดุกดำ	改賭當
雞蛋	ไข่ไก่	凱改
蛋白	ไข่ขาว	凱考
蛋黃	ไข่แดง	凱登
蛋殼	เปลือกไข่	北凱
鴨肉	เนื้อเป็ด	呢北
鴨皮	หนังเป็ด	南北
鴨腿	น่องเป็ด	弄北
鴨脖子	คอเป็ด	擴北
鴨肝	ตับเป็ด	打北
鴨舌頭	ลิ้นเป็ด	林北

PART 2

泰語發音和單字

中文	泰文	拼音
鴨胗	กระเพาะเป็ด	嘎迫北
鴨蛋	ไข่เป็ด	凱北
鵝肉	เนื้อห่าน	呢喊
鵝腿	น่องห่าน	弄喊
鵝肝	ตับห่าน	打喊
牛肉	เนื้อวัว	呢窩
牛肚	กระเพาะวัว	嘎迫窩
牛尾巴	หางวัว	航窩
牛舌頭	ลิ้นวัว	林窩
牛筋	เอ็นวัว	恩窩
牛骨頭	กระดูกวัว	嘎賭窩
牛肺	ปอดวัว	甫窩
豬肉	เนื้อหมู	呢母
豬皮	หนังหมู	南母
五花肉	หมูสามชั้น	母商強
絞肉	เนื้อบด	呢跛
肥肉	เนื้อติดมัน	呢底滿
瘦肉	เนื้อไร้มันแดง	呢來滿顛
豬蹄	กีบหมู	幾模
豬肝	ตับหมู	打母
豬耳朵	หูหมู	湖母
豬舌頭	ลิ้นหมู	林母
豬腸	ไส้หมู	賽母
羊肉	เนื้อแพะ	呢配

這個怎麼說，看圖來記憶！

美味肉品、蛋類

① **雞肉**
เนื้อไก่
呢改

② **雞腿**
น่องไก่
弄改

③ **雞蛋**
ไข่ไก่
凱改

④ **蛋黃**
ไข่แดง
凱登

⑤ **鴨肉**
เนื้อเป็ด
呢北

⑥ **鵝肉**
เนื้อห่าน
呢喊

⑦ **牛肉**
เนื้อวัว
呢窩

⑧ **豬肉**
เนื้อหมู
呢母

⑨ **羊肉**
เนื้อแพะ
呢片

⑩ **蛇肉**
เนื้องู
呢奴

❽ 海鮮

อาหารทะเล

中文	泰文	拼音
魚	ปลา	巴
魚皮	หนังปลา	南巴
魚頭	หัวปลา	華巴
魚眼睛	ตาปลา	搭巴
魚肉	เนื้อปลา	呢巴
魚肚	กระเพาะปลา	嘎迫巴
魚鱗	เกล็ดปลา	解巴
魚卵	ไข่ปลา	凱巴
魚乾	ปลาแห้ง	巴恨
魷魚	ปลาหมึก	八墨
鮑魚	เป๋าฮื้อ	寶賀
鯊魚	ปลาฉลาม	八擦藍
鯉魚	ปลาตะเพียน	八打篇
白帶魚	ปลาน้ำเงิน	八南能
青花魚	ปลาแมคเคอเรล	八滅科拎
鱈魚	ปลาคอด	八括
秋刀魚	ปลาไซม่อน	八鰓孟
鯛魚	ปลาทะเลชนิดหนึ่ง	八踏咧恰逆能
鮭魚	ปลาปักเป้า	八把報

中文	泰文	拼音
沙丁魚	ปลาซาร์ดีน	八沙丁
鱸魚	ปลากระพง	八軋朋
鯽魚	ปลาเขือ	巴咳
鰻魚	ปลาไหล	巴來
鱔魚	ปลาไหล	巴來
鮪魚	ปลาทูน่า	巴禿那
蝦子	กุ้ง	共
龍蝦	กุ้งมังกร	共芒公
草蝦	กุ้งน้ำจืด	共南者
明蝦	กุ้งนาง	共嚷
蝦仁	เนื้อกุ้ง	呢共
蝦米	กุ้งแห้ง	共橫
蝦殼	เปลือกกุ้ง	北共
蝦頭	หัวกุ้ง	華共
蛤蜊	หอยตลับ	懷打喇
牡蠣	หอยนางรม	懷嚷掄
海蜇皮	แมงกระพรุน	蒙嘎烹
螃蟹	ปู	逋
花蟹	ปูม้า	逋麻
海螺	หอยโข่ง	懷孔
九孔	หอยเกาคั้ง	活高扛
干貝	SCALLOP	史夠樂

泰語發音和單字

「尚青的」海鮮類

① 魚
ปลา
巴

② 魷魚
ปลาหมึก
巴墨

③ 蝦子
กุ้ง
共

④ 蛤蜊
หอยตลับ
懷打喇

⑤ 螃蟹
ปู
逋

⑥ 海螺
หอยโข่ง
懷孔

❾ 西式料理

อาหารฝรั่ง

中文	泰文	拼音
吐司	ขนมปังปอนด์	卡濃幫奔
法國麵包	ขนมปังแท่ง	卡濃幫聽
大蒜麵包	ขนมปังกระเทียม	卡濃幫嘎天
牛角麵包	ครัวซองค์	誇松
三明治	แซนด์วิช	申玉
鬆餅	แพนเค้ก	拼客
漢堡	แฮมเบอร์เกอร์	亨撥個
薯條	เฟรนท์ฟราย	鳳飛
培根	เบคอน	杯控
火腿	แฮม	亨
香腸	กุนเชียง	工槍
熱狗	ฮอทดอก	哈朵
荷包蛋	ไข่ดาว	凱刀
水煮蛋	ไข่ต้ม	凱動
炒蛋	ไข่เจียว	凱糾
奶油	เนย	內

中文	泰文	拼音
起司	ชีส	氣司
果醬	แยมผลไม้	煙朋拉麥
花生醬	แยมถั่วลิสง	煙妥力聳
蕃茄醬	ซอสมะเขือเทศ	碩罵殼特
玉米濃湯	ซุปข้าวโพด	速靠迫
羅宋湯	น้ำแกง	南根
洋蔥湯	ซุปหัวหอม	速華紅
牛尾湯	ซุปหางวัว	速航窩
義大利麵	มะกะโรนี	罵嘎囉你
焗海鮮麵	หมื่อบซีฟู้ด	米我西服
生菜沙拉	สลัดผัก	洒拉爬
沙拉醬	ครีมสลัด	坑洒拉
沙朗牛排	สเต็กเนื้อสันนอก	傻蝶呢賞諾
菲力牛排	สเต็กเนื้อไม่ติดกระดูก	洒碟呢麥低嘎睭
丁骨牛排	ที-สเต็ก	梯傻蝶
調味醬	ซอสปรุงรส	碩奔落
黑胡椒醬	ซอสพริกไทยดำ	朔闕胎當
蘑菇醬	ซอสเห็ดเผาะ	朔嘿剖

這個怎麼說，看圖來記憶！

國王的餐桌

① **麵包**
ขนมปัง
卡農幫

② **火腿**
แฮม
哼

③ **香腸**
กุนเชียง
滾槍

④ **奶油**
เนย
內

⑤ **果醬**
แยมผลไม้
煙朋拉麥

⑥ **玉米濃湯**
ซุปข้าวโพดข้น
速靠迫控

⑦ **義大利麵**
มะกะโรนี
馬嘎羅你

⑧ **沙朗牛排**
สเต๊กเนื้อสันนอก
傻跌呢賞諾

❿ 日式料理
อาหารญี่ปุ่น

中文	泰文	拼音
生魚片	ซาชิมิ	沙系米
壽司	ซูชิ	書市
味噌拉麵	ซุปเต้าเจี้ยวราเมน	素到就拉悶
蕎麥麵	บะหมี่	把米
鰻魚飯	ข้าวปลาไหล	靠巴來
咖哩飯	ข้าวแกงกะหรี่	靠耕嘎李
甜不辣（天婦羅）	เทมปุระ	湯補辣
茶碗蒸	นึ่งไข่ไก่	濘凱改

⓫ 西點
อาหารฝรั่ง

中文	泰文	拼音
奶油蛋糕	เค้กเนย	課內
起司蛋糕	เค้กชีส	課氣司
巧克力蛋糕	เค้กช็อกโกแลต	課車鍋類
慕斯	มูส	慕斯
泡芙	พัฟท์	怕府
麵包	ขนมปัง	卡農幫
披薩	พิซซ่า	披薩
蘋果派	พายแอปเปิ้ล	拍餓笨

中文	泰文	拼音
甜甜圈	โดนัท	多那
糯米糕	ขนมข้าวเหนียว	卡農靠牛
紅豆糕	ขนมถั่วแดง	卡農妥登
手工餅乾	คุกกี้	庫記
鹹餅乾	คุกกี้เค็ม	庫記輕
甜餅乾	คุกกี้หวาน	庫記玩
蘇打餅乾	ขนมปังกรอบ	卡農邦果
奶油夾心餅乾	ขนมปังสอดไส้เนย	卡農幫松賽內
洋芋片	มันฝรั่งทอดแผ่น	芒法朗唾盆
爆米花	ป๊อปคอร์น	笨坑
巧克力	ช็อคโกแลต	措鍋類
水果軟糖	ฟรุ้ตตี้ฟัดต์	負地法
花生糖	ลูกอมถั่ว	路翁妥
牛奶糖	ลูกอมนม	路翁農
口香糖	หมากฝรั่ง	馬罰朗
泡泡糖	ลูกอมบับเบิ้ล	路翁罷笨
冰淇淋	ไอศครีม	哀洒坑
香草冰淇淋	ไอศครีมวนิลา	哀沙坑哇逆拉
草莓冰淇淋	ไอศครีมสตอเบอรี่	艾洒坑洒多播力
冰棒	ไอศครีมแท่ง	哀洒坑痛
布丁	พุดดิ้ง	曝定
果凍	เยลลี่	耶力
蒟蒻	วุ้น	文

這個怎麼說，看圖來記憶！

可口飲料篇

① **白開水**
น้ำเปล่า
南保

② **椰子汁**
น้ำมะพร้าว
南罵泡

③ **綠茶**
ชาเขียว
擦求

④ **啤酒**
เบียร์
憋

⑤ **牛奶**
นมสด
農所

⑥ **果汁**
น้ำผลไม้
南婆拉埋

⑦ **汽水**
น้ำอัดลม
南昂龍

⑫ 飲料

เครื่องดื่ม

中文	泰文	拼音
白開水	น้ำเปล่า	南保
礦泉水	น้ำแร่	南列
熱水	น้ำร้อน	南龍
冰水	น้ำเย็น	南煙
溫水	น้ำอุ่น	南恩
豆漿	น้ำเต้าหู้	南到戶
米漿	น้ำข้าว	南靠
綠茶	ชาเขียว/ชาดิบ/ชาสด	揩殼/揩底/揩所
烏龍茶	ชาอูหลง	擦烏龍
紅茶	ชาฝรั่ง	揩法朗
奶茶	ชาเย็น	擦煙
珍珠奶茶	ชาไข่มุก	擦凱木
牛奶	นมสด	農所
熱可可	โกโก้ร้อน	鍋過龍
果汁	น้ำผลไม้	南婆拉埋

中文	泰文	拼音
椰子汁	น้ำมะพร้าว	南馬炮
甘蔗汁	น้ำอ้อย	南愛
蘋果汁	น้ำแอปเปิ้ล	南餓笨
柳橙汁	น้ำส้ม	南送
葡萄汁	น้ำองุ่น	南阿拱
檸檬汁	น้ำมะนาว	南罵腦
可樂	โค้ก	擴
汽水	น้ำอัดลม	南昂龍
冰咖啡	กาแฟเย็น	嘎非煙
熱咖啡	กาแฟร้อน	嘎非龍
卡布其諾咖啡	กาแฟคาปูชิโน	嘎非卡布七諾
啤酒	เบียร์	憋
威士忌	วิสกี้	威士忌
白蘭地	บรั่นดี	巴藍低
香檳	แชมเปญ	稱奔

這個怎麼說，看圖來記憶！

甜蜜的點心世界

① **奶油蛋糕**

เค้กเนยสด

課內所

② **蘋果派**

พายแอปเปิ้ล

拍餓笨

③ **甜甜圈**

โดนัท

多那

④ **餅乾**

ขนมปัง/คุ้กกี้

卡農幫/庫計

⑤ **牛奶糖**

ลูกอมนม

路翁農

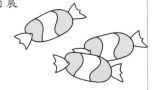

⑥ **果凍**

เยลลี่

耶力

⓭ 味道

รสชาติ

MP3-50

中文	泰文	拼音
酸	เปรี้ยว	鰾
甜	หวาน	完
苦	ขม	孔
辣	เผ็ด	撇
鹹	เค็ม	輕
香	หอม	紅
臭	เหม็น	眠
太燙	ร้อนไป	龍百
太油	มันไป	顢百
太淡	จืดไป	紫百
好吃	อร่อย	阿裸
難吃	ไม่อร่อย	麥阿裸

⓮ 烹飪

ปรุงอาหาร

MP3-51

中文	泰文	拼音
買菜	ซื้อกับข้าว	石咖靠

中文	泰文	拼音
菜籃	ตะกร้า	打個
洗米	ซาวข้าว	艘靠
煮飯	หุงข้าว	紅靠
洗菜	ล้างผัก	浪爬
菜刀	มีดหั่นผัก	秘喊爬
切菜	หั่นผัก	喊爬
砧板	เขียง	坑
蒸	นึ่ง	濘
熬湯	ตุ๋น	噸
煮	ต้ม	動
炒	ผัด	爬
炸	ทอด	唾
煎	ทอด	唾
烤	ย่าง	樣
涼拌	ยำ	央
醃	ดอง	東

❶ 名勝古蹟

โบราณสถานอันเลื่องชื่อ

MP3-52

中文	泰文	拼音
皇宮	พระราชวัง	怕辣擦汪
玉佛寺	วัดแก้วมรกต(วัดพระแก้ว)	瓦叫摸拉國（瓦怕叫）
黎明寺（鄭王廟）	วัดอรุณ	瓦阿龍
涅槃寺	วัดนิพพาน	襪逆潘
蘇泰寺	วัดสุทัศน์	襪書塔
臥佛寺	วัดพระนอน	襪怕農
四面佛	พระพรหม	帕噴
水上市場	ตลาดน้ำ	打喇南
夜市	ตลาดไนท์พลาซ่า	打喇耐趴啥
桂河大橋	สะพานข้ามแม่น้ำแคว	傻潘看滅南缺
玫瑰花園	สวนดอกกุหลาบ	算多古啦
鱷魚潭	ฟาร์มจระเข้	方桌拉課
東芭樂園	สวนนงนุช	爽農怒
小人國	เมืองจำลอง	悶江掄
唐人街	เยาวราช	腰挖辣
博桑傘村	บ้านบ่อสร้าง	棒跛上

中文	泰文	拼音
曼谷毒蛇研究所	สถาบันวิจัยงูพิษกรุงเทพฯ	洒他班未災闢供特
布依山地村	ดอยปุย(บ้านแม้ว)	多背（棒苗）
雙龍廟	วัดพระธาตุดอยสุเทพ	襪怕踏來鼠帖
拉瑪五世宮	พระราชวังบางปะอิน	怕辣恰汪邦把英
野生動物園	ซาฟารีเวิลด์	沙發哩溫

❷ 地名

ชื่อสถานที่

MP3-53

中文	泰文	拼音
曼谷	กรุงเทพฯ	供貼
清邁	เชียงใหม่	槍買
清萊	เชียงราย	槍來
芭達雅	พัทยา	爬他押
普吉島	เกาะภูเก็ต	國普給
蘇梅島	เกาะสมุย	國沙沒
格蘭島	เกาะล้าน	果蘭
PP島	เกาะพีพี	國批批
攀牙灣	อ่าวพังงา	熬旁嘎
素可泰	สุโขทัย	署擴胎
金三角	สามเหลี่ยมทองคำ	商兩通康
合艾	หาดใหญ่	哈押

中文	泰文	拼音
大城	อยุธยา	阿玉他押
暹邏灣	อ่าวไทย	熬胎
湄南河	แม่น้ำเจ้าพระยา	妹南叫怕押

❸ 買紀念品

ซื้อของที่ระลึก

MP3-54

中文	泰文	拼音
泰絲布	ผ้าไหมไทย	帕埋胎
絲巾	ผ้าพันคอ	帕潘科
綢緞	แพรต่วน	胚短
珠寶	จิวเวอรี่	糾窩力
紅寶石	ทับทิม	踏聽
藍寶石	ไพลิน	拍拎
緬甸玉	หยกพม่า	永趴罵
銀項鍊	สร้อยคอเงิน	帥擴跟
銀手鐲	กำไลเงิน	剛來能
銀戒指	แหวนเงิน	元跟
銀製餐具	เครื่องถ้วยชามที่ทำจากเงิน	揹退槍替湯甲能
金飾	เครื่องประดับจำพวกทอง	揹把打江破通
木雕	ไม้แกะสลัก	埋給沙朗

中文	泰文	拼音
佛像	พระพุทธรูป	帕曝他路
漆器	เครื่องใช้เคลือบชแล็ค	抗菜坑擦愣
陶器	เครื่องเคลือบดินเผา	抗坑丁袍
竹器	เครื่องจักรสานไม้ไผ่	抗甲閃埋排
紙	ร่มกระดาษ	哖嘎打
古董	เครื่องลายคราม/โบราณวัตถุ	抗來康/玻唧那襪土
鱷魚皮包	กระเป๋าหนังจระเข้	嘎寶曦桌拉課
珍珠魚皮包	กระเป๋าหนังปลากระเบน	嘎寶曦八嘎邊
鱷魚皮夾	กระเป๋าสตางค์หนังจระเข้	嘎寶洒當南扎拉課
珍珠魚皮夾	กระเป๋าสตางค์หนังปลากระเบน	嘎寶洒當南八嘎邊
坐墊	เบาะรองนั่ง	博龍難
三角形靠枕	หมอนอิงสามเหลี่ยม	蒙應三兩
置物籃	ตะกร้าใส่ของ	搭尬骰控
象皮皮包	กระเป๋าหนังช้าง	嘎寶南藏
布包	กระเป๋าผ้าใบ	嘎寶帕
提袋	ถุงหิ้ว	疼秀
蝦米	กุ้งแห้ง	共恨
魚乾	ปลาแห้ง	八恨
手工藝品	งานฝีมือ	安肥麼

購物小站，shopping一下！

① **木雕**
ไม้แกะสลัก
埋給沙朗

② **絲巾**
ผ้าพันคอ
帕潘科

③ **綢緞**
แพรต่วน
胚短

④ **銀項鍊**
สร้อยคอเงิน
帥擴跟

⑤ **紅寶石**
ทับทิม
踏聽

⑥ **紙**
ร่มกระดาษ
龍嘎擋

❹ 休憩活動

กิจกรรมพักผ่อน

MP3-55

中文	泰文	拼音
潛水	ดำน้ำ	單南
拖曳傘	ร่มชูชีพ	龍出氣
香蕉船	บานานาโบ๊ท	巴拿拿蹦
泛舟	พายเรือแคนู	拍了K努
大象表演	การแสดงช้าง	甘洒登唱
鱷魚表演	การแสดงจระเข้	甘洒登扎拉課
泰國舞蹈	รำไทย	朗胎
人妖秀	กระเทยโชว์	嘎胎搓
泰式按摩	นวดแผนโบราณไทย	弄陪玻啷胎
SPA	สปาร์ค	沙巴
藥草蒸氣浴	อบซาวด์นา	哦燒那
牛奶浴	แช่น้ำนม	切南農
騎大象	ขี่ช้าง	起強
騎馬	ขี่ม้า	奇馬
攀岩	ไต่เขา	歹考
海釣	ตกปลาทะเล	朵八踏咧
租船	เช่าเรือ	翹了

❺ 景點

จุดทิวทัศน์

中文	泰文	拼音
古跡	โบราณสถาน	播藍那沙彈
寺廟	วัด	襪
海灘	ชายหาด	猜哈
島嶼	เกาะ	國
珊瑚礁	แนวปะการัง	妞把嘎朗
海邊	ชายทะเล	猜踏咧
海水	น้ำทะเล	南他咧
鐘乳石	หินย้อย	橫用
森林	ป่าไม้	把埋
瀑布	น้ำตก	南朵

❻ 國名

ชื่อประเทศ

中文	泰文	拼音
泰國	ประเทศไทย	把特胎
台灣	ไต้หวัน	帶玩
中國	จีน	金
美國	สหรัฐอเมริกา	沙哈浪阿美麗嘎

中文	泰文	拼音
英國	อังกฤษ	昂給
日本	ญี่ปุ่น	意本
香港	ฮ่องกง	哄供
韓國	เกาหลี	高麗
越南	เวียดนาม	為南
馬來西亞	มาเลเซีย	媽了蝦亞
新加坡	สิงคโปร์	星卡播
緬甸	พม่า	趴罵
印尼	อินโดนีเซีย	因多你蝦
澳門	มาเก๊า	媽告

泰語發音和單字

❶ 搭飛機

นั่งเครื่องบิน

MP3-58

中文	泰文	拼音
機場	สนามบิน	洒南賓
廊曼機場	สนามบินดอนเมือง	洒南賓東蒙
泰國航空	สายการบินไทย	賽甘賓胎
曼谷航空	บางกอกแอร์เวย์	邦果せ威
護照	หนังสือเดินทาง	嚷十登湯
確認	ยืนยัน	因央
機票	ตั๋วเครื่องบิน	奪抗賓
來回機票	ตั๋วเครื่องบินไปกลับ	奪抗賓百咖
單程機票	ตั๋วเครื่องบินขาเดียว	奪抗賓卡丟
候補	สำรอง/สแตนด์บาย	嗓掄/傻登掰
頭等艙	ห้องโดยสารชั้นหนึ่ง	哄堆散強等
商務艙	ชั้นธุรกิจ	強吐拉給
經濟艙	ชั้นประหยัด	強把亞
吸煙座位	ที่นั่งสูบบุหรี่	替難速補里
禁煙座位	ที่นั่งห้ามสูบบุหรี่	替難汗速補里
走道	ทางเดิน	湯登

中文	泰文	拼音
靠窗	ติดหน้าต่าง	迪那擋
登機門	ประตูขึ้นเครื่อง	把嘟坑抗
登機證	บอร์ดดิ้งพาส	波定帕
入境申請	แบบยื่นเข้าประเทศ	別驗靠巴特
簽證	เซ็นต์รับรอง/วีซ่า	先浪龍/VISA
入境	ขาเข้า	卡靠
空中小姐	แอร์โฮสเตส	欸或斯跌
空少	สจ๊วด	沙朱阿
救生衣	เสื้อชูชีพ	色出企
緊急出口	ทางออกฉุกเฉิน	湯嗯醋陳
氧氣罩	หน้ากากอ๊อกซิเจน	那嘎嗯希見
起飛	บินขึ้น	賓抗
降落	ร่อนลง	哶龍
座位號碼	หมายเลขที่นั่ง	埋列替難
暈機	เมาเครื่อง	貓抗
嘔吐袋	ถุงอาเจียน	同阿間
不舒服	ไม่สบาย	麥沙百
頭痛藥	ยาแก้ปวดหัว	押介甬華
胃藥	ยากระเพาะ	押嘎迫
止痛藥	ยาแก้ปวด	押介甬
安全帶	เข็มขัดนิรภัย	坑扛逆拉拍

中文	泰文	拼音
繫上	รัด	浪
解開	ปลด	跛
毛毯	ผ้าห่ม	怕哄
枕頭	หมอน	蒙
餐盤	จานอาหาร	沾阿含
餐具	ชุดรับประทานอาหาร	醋拉把貪阿含
口渴	กระหายน้ำ	嘎還南
雜誌	นิตยสาร	逆搭雅嗓
報紙	หนังสือพิมพ์	南十拼
耳機	หูฟัง	湖方
撲克牌	ไพ่	派
申報	รายงาน	來甘
外幣	เงินตราต่างประเทศ	恩搭擋把特
上廁所	เข้าห้องน้ำ	靠哄南
洗手間	สุขา/ห้องน้ำ	數卡/関南
使用中	กำลังใช้	剛朗柴
海關	ศุลกากร	蘇拉嘎供
機場稅	ภาษีสนามบิน	趴席沙南賓
行李推車	รถเข็นสัมภาระ	龍肯嗓趴辣
免稅商品	สินค้าไม่ต้องเสียภาษีอากร	形卡賣動峽趴席阿公

❷ 坐公車
นั่งรถเมล์โดยสาร

中文	泰文	拼音
司機	คนขับรถ	坤卡落
車掌	พนักงานเก็บตั๋ว	怕那曩給奪
車票	ตั๋วรถ	奪漏
候車站	สถานีรอรถ	沙唐你囉漏
零錢	เงินเศษ	恩斜
買票	ซื้อตั๋ว	是奪
成人票	ตั๋วผู้ใหญ่	奪曝亞
兒童票	ตั๋วเด็ก	奪疊
長途巴士	รถบัสทางไกล	洛爸湯該
冷氣巴士	รถบัสแอร์	洛爸世
普通巴士	รถบัสธรรมดา	洛爸湯馬搭
座位	ที่นั่ง	替難
博愛座	ที่นั่งปราณีธรรม	替難八尼湯
上車	ขึ้นรถ	肯洛
下車	ลงรถ	龍洛
乘客	ผู้โดยสาร	曝堆嗓
下車鈴	กริ่งลงรถ	更龍洛
下車按鈕	กดกริ่งลงรถ	國更龍洛
站牌	ป้ายรถเมล์	拜洛咩

中文	泰文	拼音
停車	หยุดรถ	永洛
塞車	รถติด	洛底
終點站	สถานีปลายทาง	沙他你百湯

❸ 搭計程車

นั่งรถแท็กซี่

中文	泰文	拼音
計程車	รถแท็กซี่	洛特系
車站（搭乘處）	สถานีรถ(ที่ขึ้นรถ)	沙他你洛（替抗洛）
空車	รถว่าง	洛望
共乘（一道乘車）	รถคิว	落秋
出發	ออกเดินทาง	哦登湯
目的地	จุดปลายทาง	主百湯
終點站	สถานีปลายทาง	沙他你百湯
地址	ที่อยู่	替雨
碼表	เครื่องวัดความเร็ว	捎襪匡溜
跳表	มิเตอร์	密得
計算方法	วิธีคำนวณ	位梯康暖
基本費	ค่าโดยสารขั้นต่ำ	卡東嗓看擋
找錢	เงินทอน	跟通
收據（發票）	ใบเสร็จรับเงิน (บิล)	百斜辣跟（賓）

222

中文	泰文	拼音
前面	ด้านหน้า	淡那
後面	ด้านหลัง	淡朗
轉彎	เลี้ยวโค้ง	溜控
左轉	เลี้ยวซ้าย	溜賽
右轉	เลี้ยวขวา	溜跨
走過頭	เลยมาแล้ว	勒媽料
遠	ไกล	該
近	ใกล้	蓋
左	ซ้าย	賽
右	ขวา	跨
遺失	สูญหาย	損還
雨傘	ร่ม	唭
手提包	กระเป๋าถือ	嘎寶疼
筆記本	สมุดโน๊ต	沙母諾
行動電話	โทรศัพท์มือถือ	多拉洒麼特
錢包	กระเป๋าเงิน	嘎寶跟
十字路口	สี่แยก	洗業
馬路	ถนน	他農
交通警察	ตำรวจจราจร	當羅扎拉中
汽車	รถยนต์	洛擁
摩托車	รถมอเตอร์ไซด์	洛模的塞
腳踏車	รถจักรยาน	洛扎嘎央

中文	泰文	拼音
摩托計程車	รถมอเตอร์ไซด์รับจ้าง	洛模的塞辣帳
嘟嘟車	รถตุ๊กตุ๊ก	洛肚肚
雙條車	รถสองแถว	洛松條
吉普車	รถจิ๊ป	洛記

❹ 坐船

นั่งเรือ

中文	泰文	拼音
昭披耶河	แม่น้ำเจ้าพระยา	滅南造帕押
售票處	จุดขายตั๋ว	主凱奪
時刻表	ตารางเวลา	搭朗危拉
開船時間	เวลาออกเรือ	危拉嗯了
碼頭	ท่าเรือ	踏了
堤防	เขื่อนกั้นน้ำ	肯槓南
燈塔	ประภาคาร	把趴刊
上船	ขึ้นเรือ	肯了
下船	ลงเรือ	龍了
航路（航線）	เส้นทางเดินเรือ	線湯登了
船票	ตั๋วเรือ	奪了
甲板	ดาดฟ้าเรือ	膽法了
船頭	หัวเรือ	華了

中文	泰文	拼音
船舶	เรือ	了
船艙	ห้องเคบิน	哄卡兵
船長	กัปตันเรือ	港單了
船員	ลูกเรือ	路了
汽艇	เรือยนต์	了擁
快艇	เรือเร็ว	了溜
水上巴士	เรือบัส(เรือหางยาว)	了爸士（了航腰）
輪船	เรือ	了
郵輪	เรือยอร์ช	了若
客輪	เรือโดยสาร	了堆閃
渡輪	เรือเฟอรี่	了分力
貨輪	เรือบรรทุก	了邦兔
救生衣	เสื้อชูชีพ	色粗企

❺ 坐捷運、火車

นั่งรถไฟฟ้า รถไฟ

MP3-62

中文	泰文	拼音
捷運站	สถานีรถไฟฟ้า	沙他你洛飛罰
售票機	เครื่องขายตั๋ว	抗凱奪
車站	สถานีรถ	沙他你洛
月台	ชานชลา	參擦拉
危險	อันตราย	案搭來

中文	泰文	拼音
退後	ถอยหลัง	疼朗
轉車	เปลี่ยนรถ	貶洛
轉乘站（換乘站）	สถานีเปลี่ยนรถ	沙他你貶洛
搭錯車	ขึ้นรถผิด	抗洛皮
班次	เที่ยว	跳
頭班車（首班車）	รถเที่ยวแรก	洛跳列
末班車	รถเที่ยวสุดท้าย	洛跳數台
月台服務員	เจ้าหน้าที่ชานชลา	造那體參擦拉
車上服務員	เจ้าหน้าที่บนรถ	造那替奔洛
普通車	รถธรรมดา	洛湯馬搭
快車	รถด่วน	洛短
東方快車	รถด่วนภาคตะวันออก	洛短帕搭灣我
時刻表	ตารางเวลา	搭朗危拉
對號座位	นั่งตามหมายเลข	難單埋列
無對號座位	ไม่มีการนั่งตามหมายเลข	麥咪甘難單埋列
站票	ตั๋วยืน	奪應
坐票	ตั๋วนั่ง	奪難
候車室	ห้องรอรถ	哄囉洛
補票處	จุดซื้อตั๋วเพิ่ม	主十奪碰
遺失物品中心	ศูนย์แจ้งทรัพย์สินสูญหาย	雄正啥尋雄還
留言板	กระดานเขียนโน๊ต	嘎單肯農
販賣處	จุดจำหน่าย	主江乃

交通工具

① **飛機**
เครื่องบิน
抗賓

② **計程車**
รถแท็กซี่
洛特系

③ **火車**
รถไฟ
洛飛

④ **船**
เรือ
了

⑤ **摩托車**
รถมอเตอร์ไซค์
洛模多塞

⑥ **腳踏車**
รถจักรยาน
洛扎嘎央擁

❶ 住宿

ที่พัก

MP3-63

中文	泰文	拼音
東方酒店	โรงแรมโอเรียนเต็ล	龍稜喔量丁
飯店	โรงแรม	龍稜
賓館	เกสท์เฮาส์	給史號
旅館	โรงแรม	龍稜
單人房間	ห้องเดี่ยว	哄刁
雙人房間	ห้องคู่	哄庫
套房	ห้องชุด	哄醋
小木屋	บังกะโล	幫嘎囉
訂房間	จองห้อง	中哄
退房間	คืนห้อง	坑哄
客滿	ห้องเต็ม	哄登
鑰匙	กุญแจ	供街
登記	ลงทะเบียน/เช็คอิน	龍他邊/切英
服務台	เคาท์เตอร์	考德

中文	泰文	拼音
小費	ค่าทิป	卡替
客房服務	รูมเซอร์วิช	龍色位
叫早服務	บริการมอนิ่งคอล	玻力缸摸濘科
洗衣袋	ถุงซักผ้า	同啥帕

❷ 觀光用語

คำที่ใช้ในการท่องเที่ยว

MP3-64

中文	泰文	拼音
員工旅遊	พนักงานท่องเที่ยว	怕那曩痛透
度蜜月	ฮันนี่มูน	含逆們
度假	พักร้อน	帕哢
出差	ทำงานนอกสถานที่	湯甘弄洒彈替
過夜	ค้างคืน	扛坑
租車	เช่ารถ	朝漏
叫車	เรียกรถ	列漏
旺季	ไฮท์ซีซั่น	嗨西沈
淡季	โลว์ซีซั่น	囉西沈

❶ 衣著

การสวมใส่เสื้อผ้า

MP3-65

中文	泰文	拼音
西裝	ชุดสูท	醋署
運動服	ชุดกีฬา	醋給拉
睡衣	ชุดนอน	醋農
睡袍	เสื้อคลุมนอน	色空農
休閒服	ชุดฟรีสไตร์	醋飛洒呆
家居服	ชุดอยู่บ้าน	醋有半
晚禮服	ชุดราตรี	醋拉低
套裝	ชุดสูทหญิง	醋暑迎
童裝	เสื้อผ้าเด็ก	社怕跌
婚紗	ชุดวิวาห์	醋位哇
工作服	ชุดทำงาน	醋湯甘
制服	ชุดฟอร์ม	醋風
上衣	เสื้อ	色
襯衫	เสื้อเชิ้ต	色測
白襯衫	เสื้อเชิ้ตขาว	色測考
格子襯衫	เสื้อเชิ้ตลายสก๊อต	色測來傻各

230

中文	泰文	拼音
花襯衫	เสื้อเชิ้ตลาย	色測來
T恤	เสื้อทีเชิ้ต	色梯測
毛衣	เสื้อขนสัตว์	社孔傻
背心	เสื้อกล้าม	色幹
外套	เสื้อคลุม	色空
風衣	เสื้อกันลม	色幹龍
高領	เสื้อคอปก	社科跛
圓領	เสื้อคอกลม	色擴供
V字領	เสื้อคอวี	色擴迁
短袖	เสื้อแขนสั้น	色扛喪
長袖	เสื้อแขนยาว	色扛腰
無袖	เสื้อแขนกุด	色扛古
單排扣	กระดุมแถบเดี่ยว	嘎登疼刁
雙排扣	กระดุมแถบคู่	嘎登帖庫
鈕釦	กระดุม	嘎登
口袋	กระเป๋า	嘎寶
拉鍊	ซิป	細
布料	ผ้า/เนื้อผ้า	帕/拿怕
質料	วัสดุ	挖啥賭
絲質	ผ้าไหม	帕埋
棉質	ผ้าฝ้าย	帕費
尼龍布	ผ้าไนลอน	帕乃龍

中文	泰文	拼音
防水	กันน้ำ	甘南
防風	กันลม	甘龍
款式	แบบ	北
花色	สีลาย	席來
顏色	สี	席
褲子	กางเกง	剛更
西裝褲	กางเกงสูท	剛更署
牛仔褲	กางเกงยีนส์	剛更音
喇叭褲	กางเกงขากระดิ่ง	缸京卡軋頂
緊身褲	กางเกงรัดรูป	剛更辣路
短褲	กางเกงขาสั้น	剛更卡散
長褲	กางเกงขายาว	剛更卡腰
裙子	กระโปรง	嘎奔
連身裙	ชุดแซกค์	處寫
長裙	กระโปรงยาว	嘎奔腰
短裙	กระโปรงสั้น	嘎奔散
窄裙	กระโปรงแคบ	嘎奔課
迷你裙	มินิเสกิร์ต	迷你洒個
褲裙	กระเปง(กระโปรงแบบกางเกง)	軋彬（嘎拉崩頗剛賓）

這個怎麼說，看圖來記憶！

衣的世界

① **西裝**
ชุดสูท
醋速

② **睡衣**
เสื้อนอน
色農

③ **晚禮服**
ชุดราตรี
醋拉低

④ **套裝**
ชุดสูทหญิง
處暑迎

⑤ **婚紗**
ชุดวิวาห์
醋位哇

⑥ **泳裝**
ชุดว่ายน้ำ
醋外南

⑦ **裙子**
กระโปรง
嘎奔

⑧ **花襯衫**
เสื้อเชิ้ตลาย
色測來

❷ 配件

เครื่องตกแต่ง

中文	泰文	拼音
太陽眼鏡	แว่นตากันแดด	問答甘等
襪子	ถุงเท้า	疼套
絲襪	ถุงน่อง	疼弄
短襪	ถุงเท้าสั้น	疼套散
長統襪	ถุงเท้ายาว	同陶夭
圍巾	ผ้าพันคอ	帕潘擴
絲巾	ผ้าพันคอไหม	帕潘擴埋
披肩	ผ้าคลุมบ่า	帕空把
領帶	เนคไท	內胎
帽子	หมวก	某
草帽	หมวกฟาง	某方
棒球帽	หมวกเบสบอล	某背十崩
鴨舌帽	หมวกแก๊ปลิ้นเป็ด	抹介林瘸
腰帶（皮帶）	เข็มขัด(เข็มขัดหนัง)	坑砍（坑砍囊）
手套	ถุงมือ	疼麼
手帕	ผ้าเช็ดหน้า	帕測那
望遠鏡	กล้องส่องทางไกล	共聳湯該

❸ 皮包

กระเป๋าหนัง

中文	泰文	拼音
錢包	กระเป๋าเงิน	嘎寶跟
皮夾	กระเป๋าสตางค์	嘎寶傻當
鑰匙包	พวงกุญแจ	乓供遮
手提包	กระเป๋าถือ	嘎寶疼
旅行包	กระเป๋าเดินทาง	嘎寶登湯
背包	กระเป๋าเป้/กระเป๋าสะพาย	嘎寶背/嘎保傻拍
公事包	กระเป๋าทำงาน	嘎寶湯甘
書包	กระเป๋าหนังสือ	嘎寶南蛇
手提箱	กระเป๋าถือ	嘎寶疼
化妝箱	กล่องเครื่องสำอาง	拱抗嗓昂

❹ 首飾

เครื่องประดับ

中文	泰文	拼音
鑽石	เพชร	撤
寶石	อัญมณี/พลอย	安亞罵尼/拍
黃金	ทองคำ	通康

中文	泰文	拼音
銀	เงิน	跟
翡翠	หยก	唷
珍珠	ไข่มุก	凱目
瑪瑙	หินโมรา	痕模拉
象牙	งาช้าง	嘎唱
手錶	นาฬิกาข้อมือ	哪立嘎擴麼
手鐲	กำไลมือ	甘來麼
戒指	แหวน	完
項鍊	สร้อยคอ	碩擴
耳環（耳墜）	ตุ้มหู	動湖
胸針	เข็มกลัด	坑港
領帶夾	เข็มกลัดเนคไท	坑港內胎
珠寶	จิวเวอรี่	糾窩力

這個怎麼說，看圖來記憶！

打點你的行頭

① 襪子
ถุงเท้า
疼套

② 領帶
เนคไท
內胎

③ 皮夾
กระเป๋าสตางค์
嘎寶洒當

④ 旅行箱
กระเป๋าเดินทาง
嘎寶登湯

⑤ 鑽石
เพชร
撇

⑥ 黃金
ทองคำ
通康

⑦ 珠寶
จิวเวอรี่
糾窩力

⑧ 書包
กระเป๋าหนังสือ
嘎寶南蛇

❺ 鞋子

รองเท้า

中文	泰文	拼音
皮鞋	รองเท้าหนัง	龍套南
高跟鞋	รองเท้าส้นสูง	龍套送雄
運動鞋	รองเท้ากีฬา	龍套給拉
平底鞋	รองเท้าส้นเตี้ย	掄桃宋弟
布鞋	รองเท้าผ้าใบ	龍套帕
拖鞋	รองเท้าแตะ	龍套碟
涼鞋	รองเท้ารัดส้น	掄桃辣順
長靴	รองเท้าบูทยาว	龍套蹦腰
雨鞋	รองเท้ากันฝน	龍套甘逢
蛇皮	หนังงู	南努
鱷魚皮	หนังจระเข้	南扎拉課
真皮	หนังแท้	南鐵
人工皮	หนังเทียม	南天
鞋帶	สายรองเท้า	塞龍套
鞋墊	แผ่นรองเท้า	盆龍套
鞋跟	ส้นรองเท้า	送龍套
牌子	ยี่ห้อ	意或

238

中文	泰文	拼音
試穿	ลองใส่	龍塞
大小	ขนาด	卡拿
頭圍	รอบศรีษะ	落席洒
胸圍	รอบอก	落嗯
腰圍	รอบเอว	落歐
臀圍	รอบสะโพก	落洒迫
身長	ความยาวตัว	寬腰多
腿長	ความยาวขา	寬腰卡
大	ใหญ่	亞
小	เล็ก	列
合身	พอดีตัว	波低多
寬鬆	หลวม	卵
緊	คับ	卡

這個怎麼說，看圖來記憶！

足下風情

① **皮鞋**
รองเท้าหนัง
龍逃南

② **高跟鞋**
รองเท้าส้นสูง
龍逃送雄

③ **運動鞋**
รองเท้ากีฬา
龍逃給拉

④ **拖鞋**
รองเท้าแตะ
龍逃碟

⑤ **涼鞋**
รองเท้ารัดเส้น
龍逃辣線

⑥ **雨鞋**
รองเท้ากันฝน
龍逃甘逢

❶ 電器用品

เครื่องใช้ไฟฟ้า

中文	泰文	拼音
電視機	โทรทัศน์	託拉踏
遙控器	รีโมทคอนโทรล	里莫寬託
說明書	คู่มือ	庫麼
保證書	ใบรับประกัน	辣巴甘
保證期限	ระยะประกัน	辣亞巴甘
操作說明	คำอธิบายการใช้	康阿替百甘柴
使用方法	วิธีใช้งาน	未梯柴甘
功能	ประสิทธิภาพ	巴洗低帕
頻道	ช่อง	衝
音量	ระดับเสียง	拉擋詳
尺寸	ขนาด	卡拿
彩色	สีสัน	席散
黑白	ขาวดำ	考當
明亮	ความสว่าง	康沙往
影像	ภาพ	帕
畫質	เลือนลาง	冷啷
插頭	ปลั๊ก	棒

中文	泰文	拼音
插座	เต้าเสียบ	到賢
電線	สายไฟ	賽飛
電壓	แรงดันไฟฟ้า	棱單飛乏
伏特	โวลท์	握
電池	ถ่าน	坦
開關	สวิตช์	沙位
按鈕	ปุ่ม	本
打開	เปิด	繃
關掉	ปิด	丙
調整	ปรับ	把
選擇	เลือก	亮
押（按）	กด	拱
錄放影機	เครื่องอัดวิดีโอ	抗阿VDO
錄影帶	วิดีโอเทป	VDO帖
光碟機	เครื่องเล่นแผ่นซีดี	抗戀篇西低
預錄	บันทึกล่วงหน้า	班特亂那
定時關機	ตั้งเวลาปิดเครื่อง	當危拉丙抗
倒帶	กลับเทป	嘎帖
快轉	หมุนเทปไปหน้า	蒙帖百那
播放	ฉาย	柴
長度	ความยาว	康腰
故障	ขัดข้อง	扛控

中文	泰文	拼音
音響	สเตริโอ	洒爹立喔
床頭音響	สเตริโอหัวเตียง	洒爹立喔華登
隨身聽	เซาว์เบาท์	燒抱
收音機	วิทยุ	位他玉
錄音機	วิทยุเทป	位他玉帖
磁盤	แผ่นดิสท์	篇地斯
喇叭	ลำโพง	朗烹
音效	โทนเสียง/คุณภาพเสียง	通詳/昆拿怕詳
耳機	หูฟัง	湖方
磁頭	หัวอ่าน	華安
麥克風	ไมโครโฟน	埋擴風
電冰箱	ตู้เย็น	度煙
單門	ประตูเดียว	巴賭刁
雙門	ประตูคู่	巴堵庫
冷凍	แช่แข็ง	切扛
冷藏	แช่เย็น	切煙
溫度	อุณหภูมิ	嗯那哈烹
攝氏五度	๕องศาเซลเซียส	哈嗯洒先謝
零下一度	ลบ๑องศา	漏能翁洒
製冰盒	ช่องทำน้ำแข็ง	衝湯南扛
保鮮盒	กล่องรักษาความสด	拱辣洒康省
置蛋架	รังไข่ไก่	朗凱改

中文	泰文	拼音
果菜箱	ลังไว้ผักผลไม้	朗外爬朋拉麥
飲料架	ชั้นวางเครื่องดื่ม	強汪抗膽
除臭裝置	เครื่องกำจัดกลิ่น	抗剛張林
退冰	ละลายน้ำแข็ง	辣來南扛
冰塊	น้ำแข็ง	南扛
霜	น้ำค้างแข็ง	南扛坑
冷媒	น้ำยาแอร์	南呀A
漏水	รั่ว	落
語音智慧冰箱	ตู้เย็นสมาร์ท	度英傻麻
電風扇	พัดลม	帕龍
立扇	พัดลมตั้งพื้น	帕龍蕩平
箱扇	ตู้พัดลม	度怕掄
吊扇	พัดลมแขวน	帕龍扛
風速	ความเร็วลม	康聊龍
強	แรง	兩
中	ปานกลาง	班剛
弱	เบา	包
安全護網	ตะแกรงนิรภัย	搭更逆辣拍
定時	ตั้งเวลา	蕩危拉
冷氣機	แอร์/เครื่องปรับอากาศ	欸/抗把啊軋
獨立式	แบบชุดเดี่ยว	北處刁
分離式	แบบแยกชุด	北業處

中文	泰文	拼音
窗型冷氣	แอร์หน้าต่าง	A那檔
功能	ประสิทธิภาพ	巴洗替帕
省電	ประหยัดไฟ	巴養飛
靜音	เงียบ	捏
抗菌	ป้องกันเชื้อโรค	蹦甘測落
微電腦控溫	ควบคุมอุณภูมิด้วยไมโครคอมพิวเตอร์	跨空嗯那烹對麥科空胚惰
電話機	เครื่องโทรศัพท์	抗託拉嗓
無線電話	โทรศัพท์ไร้สาย	託拉嗓來賽
有線電話	โทรศัพท์มีสาย	託拉嗓咪賽
來電顯示功能	ประสิทธิภาพแสดงหมายเลขโทรศัพทเขา	巴洗替帕洒登麥類託拉洒靠
答錄機	เครื่องบันทึกตอบรับ	抗班特董辣
分機	ต่อหมายเลข	朵埋列
總機	โอเปอเรเตอร์	喔玻咧得
話筒	หูฟัง	胡方
重撥	โทรซ้ำ	託散
速撥	โทรด่วน	託短
保留	เก็บบันทึก	給班特
等待	รอ	囉
轉接	ต่อสาย	朵賽
內線	สายใน	賽內
佔線	สายไม่ว่าง	賽麥望

中文	泰文	拼音
充電	ชาร์ตแบตเตอรี่	差北搭立
記憶號碼	จดจำหมายเลข	總張埋類
電燈	หลอดไฟ	龍飛
日光燈	หลอดไฟแสงอาทิตย์	龍飛繩阿替
檯燈	โคมไฟตั้งโต๊ะ	空飛蕩惰
吊燈	หลอดไฟแขวน	龍飛扛
燈罩	โป๊ะไฟ	薄飛
燈泡	หลอดไฟ	裸飛
洗衣機	เครื่องซักผ้า	抗啥帕
脫水機	เครื่องปั่นแห้ง	抗版橫
烘乾機	เครื่องอบแห้ง	抗嗯橫
不銹鋼	อลูมิเนียม	阿路咪娘
洗淨	ซักสะอาด	啥洒昂
脫水	ปั่นน้ำ	版南
容量	ปริมาณบรรจุ	巴立顆班珠
馬達	มอเตอร์	模大
熱水器	เครื่องทำน้ำอุ่น	抗湯南嗯
電熱水器	เครื่องทำน้ำอุ่นไฟฟ้า	抗湯南嗯飛乏
排油煙機	เครื่องดูดควัน	抗睹康
濾油網	ตะแกรงกรองน้ำมัน	搭更供南顙
瓦斯爐	เตาแก๊ส	刀個
瓦斯	แก๊ส	個
微波爐	เตาไมโครเวฟ	刀麥科位

中文	泰文	拼音
烤箱	เตาอบ	刀哦
烤麵包機	เครื่องปิ้งขนมปัง	扛並卡農幫
飯鍋	หม้อหุงข้าว	莫橫靠
電子鍋	หม้อหุงต้มไฟฟ้า	莫橫靠動飛乏
燜燒鍋	เครื่องอบ	揹哦
果汁機	เครื่องปั่นน้ำผลไม้	抗版南婆拉麥
榨汁機	เครื่องคั้นน้ำผลไม้	抗砍南婆拉麥
打蛋器	เครื่องตีไข่	抗低改
咖啡壺	เหยือกกาแฟ	業嘎飛
熱水瓶	กระติกน้ำร้อน	嘎地南龍
飲水機	เครื่องทำน้ำดื่ม	抗湯南等
生水	น้ำไม่ต้ม	南麥動
開水	น้ำต้ม	南動
沸點	จุดเดือด	主得
除濕機	เครื่องขจัดความชื้น	抗咖雜康成
空氣清淨機	เครื่องกรองอากาศ	抗供阿嘎
暖爐	เครื่องทำความร้อน	揹湯匡龍
吹風機	เครื่องเป่าผม	抗寶朋
自動裁縫機	จักรเย็บอัตโนมัติ	雜業昂搭呢慢
吸塵器	เครื่องดูดฝุ่น	抗墩風
照相機	กล้องถ่ายรูป	共台路
攝影機	กล้องวิดีโอ	共VDO

這個怎麼說，看圖來記憶！

家電用品大賣場

① 電視機
โทรทัศน์
託拉趨

② 錄放影機
เครื่องอัดวิดีโอ
抗阿VDO

③ 收音機
วิทยุ
位他玉

④ 電冰箱
ตู้เย็น
度煙

⑤ 電風扇
พัดลม
帕龍

⑥ 冷氣機
แอร์
欸

⑦ 電話機
เครื่องโทรศัพท์
抗託拉嗓

⑧ 電燈
ไฟ
飛

⑨ 洗衣機
เครื่องซักผ้า
抗啥帕

⑩ 排油煙機
เครื่องดูดควัน
抗董砍

⑪ **烤麵包機**
เครื่องปิ้งขนมปัง
抗並卡農幫

⑫ **飯鍋**
หม้อหุงข้าว
莫紅靠

⑬ **果汁機**
เครื่องปั่นน้ำผลไม้
抗版南婆拉麥

⑭ **熱水瓶**
กระติกน้ำร้อน
嘎底南龍

⑮ **飲水機**
เครื่องทำน้ำดื่ม
抗湯南等

⑯ **吹風機**
เครื่องเป่าผม
抗寶朋

⑰ **吸塵器**
เครื่องดูดฝุ่น
抗墩風

⑱ **照相機**
กล้องถ่ายรูป
共台路

⑲ **攝影機**
เครื่องถ่ายวิดีโอ
抗台V.D.O

❷ 家具

เครื่องใช้ในครัวเรือน

MP3-71

中文	泰文	拼音
床	เตียง	顛
彈簧床	เตียงสปริง	登沙冰
單人床	เตียงเดี่ยว	登刁
雙人床	เตียงคู่	登庫
雙層床	เตียงสองชั้น	登雄燦
兒童床	เตียงเด็ก	登碟
嬰兒床	เตียงทารก	登他落
床頭櫃	ตู้หัวเตียง	度華登
棉被	ผ้าห่มนวม	帕紅暖
蠶絲被	ผ้าห่มใยไหม	帕紅押埋
床墊	ฟูก	富
床單	ผ้าปูที่นอน	帕補替暖
床罩	ผ้าคลุมเตียง	帕空登
枕頭	หมอน	蒙
枕頭套	ปลอกหมอน	博蒙
抱枕	หมอนข้าง	蒙抗
毛毯	พรมขนสัตว์	烹坑洒
涼被	ผ้าห่มเย็น	帕紅煙
涼蓆	เสื่อเย็น	舍煙

中文	泰文	拼音
書桌	โต๊ะหนังสือ	惰南蛇
書櫃	ตู้หนังสือ	度南蛇
書架	ชั้นวางหนังสือ	纏汪南蛇
抽屜	ลิ้นชัก	林差
電腦桌	โต๊ะคอมพิวเตอร์	惰空胚惰
梳妝台	โต๊ะเครื่องแป้ง	惰抗蹦
餐桌	โต๊ะอาหาร	惰阿含
碗櫃	ตู้เก็บจาน	度給沾
柱子	เสา	勺
碗	ถ้วย	退
湯碗	ชาม	昌
瓷碗	ถ้วยกระเบื้อง	退嘎蹦
鐵碗	ถ้วยเหล็ก	退列
盤子	จาน	沾
碟子	ถ้วยน้ำจิ้ม	退南近
茶杯	แก้วน้ำชา	叫南擦
玻璃杯	แก้วกระเบื้อง	叫嘎蹦
馬克杯	แก้วเซรามิก	叫些拉密
高腳酒杯	แก้วไวท์	叫歪
湯匙（調羹）	ช้อน	傳
筷子	ตะเกียบ	搭給
叉子	ส้อม	送

中文	泰文	拼音
刀	มีด	密
炒菜鍋	กะทะ	嘎踏
湯鍋	หม้อ	莫
水壺（茶壺）	กาน้ำ(กาน้ำชา)	嘎南 （嘎南擦）
湯勺	ทัพพี	踏批
餐墊	ที่รองอาหาร	替龍阿含
牙籤	ไม้จิ้มฟัน	埋竟番
缸	โถ	駝
酒櫃	ตู้เหล้า	度繞
茶几	โต๊ะน้ำชา	惰南擦
椅子（凳）	เก้าอี้(ม้านั่ง)	告意(罵難)
沙發	โซฟา	説發
搖椅	เก้าอี้โยก	告意若
躺椅	เก้าอี้นอน	告意農
按摩椅	เก้าอี้นวด	告意諾
板凳	ตั่งไม้กระดาน(ม้านั่ง)	擋麥嘎單（罵難）
滑輪椅	เก้าอี้ล้อเลื่อน	告意落戀
折疊椅	เก้าอี้พับ	告意帕
衣櫃	ตู้เสื้อผ้า	度色帕
衣架	ไม้แขวนเสื้อ	埋扛色
帽架	ที่แขวนหมวก	替康蒙
鞋櫃	ตู้รองเท้า	度龍套

中文	泰文	拼音
鞋架	ชั้นวางรองเท้า	纏網龍套
電視架	ชั้นวางโทรทัศน์	燦網託拉趙
雨傘架	ที่วางร่ม	替彎漏
窗簾	ม่านหน้าต่าง	慢那擋
門簾	ม่านประตู	慢把睹
坐墊	เบาะรองนั่ง	博龍難
花瓶	แจกัน	遮甘
時鐘	นาฬิกา	那立咖
掛鐘	นาฬิกาแขวน	那立咖扛
鬧鐘	นาฬิกาปลุก	那立咖補
垃圾桶	ถังขยะ	唐咖亞
收納盒	กล่องเก็บ	鞏給
運送	ขนส่ง	孔送
運費	ค่าขนส่ง	卡孔送
組裝	ประกอบ	把果
蚊香	ยากันยุง	押甘擁
殺蟲劑	ยาฆ่าแมลง	押卡馬稜

我的房間

① 床
เตียง
登

④ 枕頭
หมอน
蒙

② 棉被
ผ้าห่มนวม
帕橫暖

③ 床單
ผ้าปูที่นอน
帕逋替暖

⑤ 毛毯
พรมขนสัตว์
烹坑洒

⑥ 書桌
โต๊ะหนังสือ
惰南蛇

⑦ 書櫃
ชั้นวางหนังสือ
強汪南蛇

⑪ 窗簾
ม่านหน้าต่าง
慢那擋

⑫ 花瓶
แจกัน
接甘

⑧ 茶几
โต๊ะน้ำชา
惰南擦

⑨ 椅子（凳）
เก้าอี้(ม้านั่ง)
告意（罵難）

⑩ 沙發
โซฟา
說發

⑬ 垃圾桶
ถังขยะ
唐卡亞

❸ 雜貨

ของชำ

中文	泰文	拼音
米	ข้าวสาร	靠閃
糯米	ข้าวเหนียว	靠牛
糙米	ข้าวกล้อง	靠共
冬粉（粉絲）	วุ้นเส้น	文線
麵條	เส้นหมี่	線米
泡麵	บะหมี่สำเร็จรูป	巴米尚咧路
義大利麵	มะกะโรนี/สปาเก็ตตี้	馬咖囉你/傻八介地
麵粉	แป้งหมี่	便米
太白粉	แป้งสาลี	便啥哩
地瓜粉	แป้งมัน	便饅
發酵粉	แป้งฟู	便夫
罐頭	อาหารกระป๋อง	阿含咖甬
奶粉	นมผง	農朋
咖啡粉	ผงกาแฟ	朋咖飛
奶精	ครีมเทียม	輕天
砂糖	น้ำตาลทราย	南單塞
煉乳	นมข้นหวาน	農控玩
茶葉	ใบชา	百擦
麥片	แผ่นข้าวโอ๊ต	篇靠奧

PART 2

泰語發音和單字

中文	泰文	拼音
花生	ถั่วลิสง	妥力聳
鹽	เกลือ	歌
味精	ผงชูรส	朋出落
醬油	ซ้อส/ซีอิ๊ว	碩/西由
沙拉油	น้ำมันพืช	南饅碰
花生油	น้ำมันถั่วลิสง	南饅妥立聳
橄欖油	น้ำมันมะกอก	南饅馬國
麻油	น้ำมันงา	南饅嘎
辣椒粉	พริกป่น	闢本
胡椒粉	พริกไทยป่น	闢胎本
醋	น้ำส้มสายชู	南宋賽出
辣椒醬	ซ้อสพริก	碩闢
芝麻醬	ซ้อสงา	碩嘎
八角	โป้ยกั๊ก	北尬
茴香	ต้นหอมแอนนีซีด	凍紅恩尼夕

❹清潔用品

เครื่องใช้ทำความสะอาด

MP3-73

中文	泰文	拼音
牙刷	แปรงสีฟัน	邊習番
牙籤	ไม้จิ้มฟัน	埋近番

中文	泰文	拼音
自動刷牙機	แปรงสีฟันอัตโนมัติ	邊習番丫搭諾罵
牙膏	ยาสีฟัน	押習番
牙粉	ผงยาสีฟัน	朋押習番
漱口水	น้ำยาบ้วนปาก	南押蹦把
刮鬍泡	โฟมโกนหนวด	風官暖
刮鬍膏	ครีมโกนหนวด	輕官暖
刮鬍刀	มีดโกนหนวด	密官暖
洗面乳	โฟมล้างหน้า	風浪那
洗面皂	สบู่ล้างหน้า	沙補浪那
香皂	สบู่หอม	沙補紅
洗手乳	ครีมล้างมือ	輕浪麼
沐浴乳	ครีมอาบน้ำ	輕昂南
洗髮精	แชมพูสระผม	千撲洒朋
潤髮乳	ครีมนวดผม	輕諾朋
護髮乳	ครีมบำรุงผม	輕邦龍朋
毛巾	ผ้าขนหนู	帕孔奴
浴巾	ผ้าเช็ดตัว	帕切多
浴袍	เสื้อคลุมอาบน้ำ	色空昂南
臉盆	อ่างล้างหน้า	昂浪那
瓢	ขันน้ำ	砍南
洗衣粉	ผงซักฟอก	朋啥鳳
洗衣肥皂	สบู่ซักผ้า	沙補啥帕

257

中文	泰文	拼音
刷子	แปรงขัด	崩卡
洗衣板	กระดานซักผ้า	咖當啥帕
橡皮手套	ถุงมือยาง	疼麼央
漂白水	น้ำยาฟอกขาว	南押鳳考
洗碗精	น้ำยาล้างจาน	南押浪江
柔軟精	น้ำยาปรับผ้านุ่ม	南押把帕弄
衛生紙	กระดาษชำระ	咖打倉辣
抽取衛生紙	กระดาษชำระแยกแผ่น	咖打倉辣業篇
捲筒衛生紙	กระดาษชำระแบบม้วน	咖打倉辣別蒙
衛生棉	ผ้าอนามัย	帕阿哪麥

❺保養品

ผลิตภัณฑ์บำรุง

MP3-74

中文	泰文	拼音
化妝棉	สำลีเช็ดหน้า	尚里切帕
化妝水	โลชั่นสมานผิว	囉嗆傻曼皮由
保濕化妝水	โลชั่นรักษาความชุ่มชื้นผิว	囉嗆辣啥寬寸成皮由
乳液	ครีมบำรุง	輕(台)搬龍
防曬乳液	ครีมกันแดด	輕(台)乾疊
身體乳液	ครีมบำรุงผิว/ครีมทาตัว	輕(台)搬龍皮由/輕(台)他多
防水	กันน้ำ	乾難

中文	泰文	拼音
護手霜	ครีมบำรุงมือ	輕(台)搬龍麼
嬰兒油	เบบี้ออย	憋必唉
眼霜	ครีมทาขอบตา	輕(台)他可搭
日霜	เดย์ครีม	爹輕(台)
晚霜	ไนท์ครีม	奈輕(台)
隔離霜	ครีมกันฝุ่น/ครีมปกป้องผิว	輕(台)乾逢/輕(台)跛蹦皮由
防曬油	ครีมกันแดด	輕(台)乾疊
面膜	มาส	嗎斯
敷臉	พอกหน้า	破那
隔離紫外線	ครีมกันแสงอุลตร้าไวโอเลต	輕(台)乾閒翁大歪喔列
美白	ไวท์เทนนิ่ง	歪天寧
去角質	ขัดผิว	卡皮由
去油	ขจัดความมัน	卡加寬滿
抗痘	ป้องกันสิว	蹦乾休
抗老化	ครีมบำรุงเยาว์วัย	輕(台)搬龍搖歪
緊膚（去皺紋）	กระชับผิว(ขจัดรอยย่น)	嘎岔皮由(卡加來用)
保濕	ถนอมความชุ่มชื้น	他農寬寸成
青春痘	สิว	休
雀斑	ปานแดง	班顛
黑斑	ปานดำ	班當
疤痕	แผลเป็น	撒邊
痣	ไฝ	肥

中文	泰文	拼音
毛孔	รูขุมขน	嚕空孔
油性皮膚	ผิวมัน	皮蠻
乾性皮膚	ผิวแห้ง	皮恨
混和性皮膚	ผิวธรรมดา/ผิวผสม	皮湯嗎搭/皮由爬順

❻ 化妝品

เครื่องสำอาง

中文	泰文	拼音
粉盒	ตลับแป้ง	打喇便
粉撲	แป้งพับ	便怕
粉刷	แปลงปัด	便把
蜜粉	แป้งฝุ่น	便逢
眉筆	ดินสอเขียนคิ้ว	丁所強求
眉形	วาดทรงคิ้ว	哇松求
眉毛	คิ้ว	求
眼睫毛	ขนตา	孔搭
睫毛夾	เครื่องหนีบขนตา	肯尼孔搭
眼線筆	ดินสอเขียนขอบตา	丁所強可搭
護唇膏	ลิปมัน	利忙
口紅	ลิปสติค	利洒迪

❶ 書局

ร้านหนังสือ

中文	泰文	拼音
書	หนังสือ	南蛇
暢銷書	หนังสือขายดี	南蛇凱低
排行榜	ติดอันดับ/ขึ้นชาร์ต	底安打/揹恰
推薦書	หนังสือแนะนำ	南蛇捏南
新書	หนังสือออกใหม่	南蛇喔麥
新書介紹	แนะนำหนังสือใหม่	捏南南蛇買
新書目錄	สารบัญหนังสือใหม่	洒拉班南蛇買
舊書	หนังสือเก่า	南蛇搞
打折書	หนังสือลดราคา	南蛇落拉咖
佛經	คัมภีร์พระพุทธศาสนา	康匹怕舖踏薩沙納
書名	ชื่อหนังสือ	刺囊蛇
作者	ผู้แต่ง	舖點
出版社	สำนักพิมพ์	嗓那拼
雜誌	นิตยสาร	逆搭亞散
週刊	วารสารรายสัปดาห์	挖拉散來洒搭

中文	泰文	拼音
雙週刊	วารสารรายปักษ์	挖拉散來把
月刊	วารสารรายเดือน	挖拉散來登
雙月刊	วารสารรายสองเดือน	挖拉散來聳登
季刊	วารสารรายฤดูกาล	挖拉散來路都甘
年鑑	หนังสือรวบรวมความรู้ประจำปี	南蛇落卵寬路把沾逼
報紙	หนังสือพิมพ์	南蛇批
週報	หนังสือพิมพ์รายสัปดาห์	南蛇批來洒搭
破損	ชำรุดเสียหาย	槍路霞還
價格	ราคา	拉咖
特價	ราคาพิเศษ	拉咖闢寫
折價券	บัตรส่วนลด	把爽落
會員價	ราคาสมาชิก	拉咖沙媽氣
會員卡	บัตรสมาชิก	把沙媽氣
貴賓卡	บัตรVIP	把微唉批
訂購	สั่งซื้อ	賞石
郵寄	ส่งทางไปรษณีย์	聳湯 洒你
收據	ใบเสร็จรับเงิน	寫辣恩
更換	เปลี่ยน	貶
賠償	ชดใช้	措柴

中文	泰文	拼音
付現	จ่ายสด	宅所
贈品	ของแถม	孔田
類別	ประเภท	把撒
文學類	ประเภทวรรณคดี	把撒灣那咖低
非文學類	ประเภทไม่ใช่วรรณคดี	把配麥菜灣那咖低
生活類	ประเภทชีวิตประจำวัน	把撒期至把張灣
旅遊類	ประเภทท่องเที่ยว	把撒痛跳
休閒類	ประเภทพักผ่อน	把撒帕捧
飲食類	ประเภทอาหาร	把撒阿含
時尚類	ประเภทแฟชั่น	把撒飛燦
科技類	ประเภทวิทยาศาสตร์	把撒位他押酒
電腦類	ประเภทคอมพิวเตอร์	把撒空胚惰
歷史類	ประเภทประวัติศาสตร์	把撒把瓦低酒
地理類	ประเภทภูมิศาสตร์	把撒撲密酒
傳記類	ประเภทชีวประวัติ	把撒七襪把瓦
哲學類	ประเภทปรัชญา	把撒榜押
醫學類	ประเภทการแพทย์	把撒甘配
語言類	ประเภทภาษา	把撒趴洒
宗教類	ประเภทศาสนา	把撒嗓洒拿

中文	泰文	拼音
童書類	ประเภทหนังสือเด็ก	把撒配南蛇疊
小說類	ประเภทนวนิยาย	把撒配那瓦逆押
長篇小說	ประเภทนวนิยายเรื่องยาว	把撒那瓦逆押楞腰
短篇小說	ประเภทนวนิยายเรื่องสั้น	把撒那瓦逆押楞散
詩	กลอน	功
口袋書	พ้อกเก็ตบุ๊ค	迫個部
翻譯書	หนังสือแปล	南蛇別
進口書	หนังสือนำเข้า	南蛇南靠
食譜	ตำราอาหาร	當拉啊航
字典	ปทานุกรม	把他怒供
辭典	พจนานุกรม	迫扎拿怒供
外語字典	ปทานุกรมภาษาต่างประเทศ	把他怒供弄趴洒擋把貼
百科全書	หนังสือสารานุกรม	南蛇洒拉怒供
地圖	แผนที่	扁替
圖鑑	คู่มือที่มีภาพประกอบการอธิบาย	酷悶替咪怕把果缸阿替掰

這個怎麼說，看圖來記憶！

逛書店 進入書香世界

① **書店**
ร้านหนังสือ
藍南蛇

② **書**
หนังสือ
南蛇

③ **雜誌**
นิตยสาร
逆搭押散

④ **食譜**
ตำราอาหาร
當拉啊航

⑤ **字典**
ปทานุกรม
把他怒供

⑥ **百科全書**
หนังสือสารานุกรม
南蛇洒拉怒供

⑦ **地圖**
แผนที่
扁替

⑧ **月刊**
วารสารรายเดือน
挖拉散來登

❷ 文具店
ร้านเครื่องเขียน

中文	泰文	拼音
筆筒	กล่องใส่ปากกาดินสอ	拱賽把咖丁所
橡皮擦	ยางลบ	央洛
立可白	ลิควิทเปเปอร์	立屈憋播
鉛筆	ดินสอ	丁所
自動鉛筆	ดินสอกด	丁所國
筆芯	ไส้ดินสอ	賽丁所
鋼筆	ปากกาหมึกซึม	把咖麼聲
原子筆	ปากกาลูกลื่น	把咖路愣
簽字筆	ปากกา	把咖
粗	ใหญ่	亞
細	เล็ก	咧
圓頭	หัวมน	華蒙
扁平	แบน	邊
長尺	ไม้บรรทัดยาว	麥班踏腰
短尺	ไม้บรรทัดสั้น	麥班踏散

中文	泰文	拼音
鐵尺	ไม้บรรทัดเหล็ก	麥班踏壘
三角尺	ไม้ฟุตสามเหลี่ยม	埋負賞兩
半圓尺	ไม้ฟุตครึ่งวงกลม	埋負捎翁工
圓規	วงเวียน	嗡溫
釘書機	แม็กซ์เย็บกระดาษ	滅葉葛打
釘書針	ไส้แม็กซ์	晒滅
剪刀	กรรไกร	甘該
刀	มีด	密
削鉛筆機	เครื่องเหลาดินสอ	抗勞丁所
大頭針	เข็มหมุด	扛母
迴紋針	คลิป	卡力
膠水	กาวน้ำ	高南
強力膠	กาวตราช้าง	高搭強
三秒膠	กาวสามวินาที	高賞育那梯
膠帶	สก๊อตเทป	洒共鐵
膠台	แท่นใส่สก๊อตเทป	探賽洒拱鐵
筆記本	สมุดบันทึก	洒母班特

中文	泰文	拼音
便條紙	กระดาษโน๊ต	咖打諾
便利貼	สติกเกอร์	傻地各
活頁紙	กระดาษที่ถอดออกได้เป็นใบ ๆ	軋打替妥哦代賓掰掰
資料夾	แฟ้มเอกสาร	范世咖嗓
檔案夾	แฟ้มข้อมูล	范擴們
名片夾	แฟ้มนามบัตร	范南把
印章	ตราประทับ	搭把踏
印台	แท่นหมึกตราประทับ	探目搭把踏
磁鐵	แม่เหล็ก	滅列
桌曆	ปฏิทินตั้งโต๊ะ	把低聽檔奪
計算機	เครื่องคิดเลข	肯奇列
墊板	กระดานรอง	咖單龍
軟墊板	กระดานรองอ่อน	咖單龍嗯
硬墊板	กระดานรองแข็ง	咖單龍扛

這個怎麼說，看圖來記憶！

文具用品百寶箱

① **鉛筆**
ดินสอ
頂所

② **鋼筆**
ปากกาหมึกซึม
把嘎母聲

③ **長尺**
ไม้บรรทัดยาว
麥班踏腰

④ **三角尺**
ไม้ฟุตสามเหลี่ยม
埋負賞兩

⑤ **圓規**
วงเวียน
翁溫

⑥ **釘書機**
แม็กซ์เย็บกระดาษ
滅葉葛打

⑦ **剪刀**
กรรไกร
甘該

⑧ **膠水**
กาวน้ำ
高南

❸ 超級市場
ซุปเปอร์มาร์เก็ต

中文	泰文	拼音
手推車	รถเข็น	落肯
購物籃	ตะกร้าใส่ของ	搭尬骰孔
製造日期	วันผลิต	灣爬里
有效期限	วันหมดอายุ	灣模阿優
保存期限	วันเก็บรักษา	灣給辣洒
攤位	แผงลอย	朋勒
試吃	ลองชิม	龍親
賣完	ขายหมด	凱莫
缺貨	ขาดตลาด	卡搭朗
進貨	ซื้อสินค้าเข้า	色行卡靠
重量	น้ำหนัก	南哪
公克	กรัม	剛
公斤	กิโลกรัม	給囉剛
超重	น้ำหนักเกิน	南哪跟
不足	ไม่พอ	麥坡
剛剛好	พอดี	坡低
補充包	ถุงเติมประหยัด	同登把亞
包裝	บรรจุหีบห่อ	班組黑火
包裝紙	กระดาษห่อ	咖打火

中文	泰文	拼音
禮盒	กล่องของขวัญ	拱孔款
生鮮品	ของสด	孔聳
蔬果	ผลไม้	朋拉麥
日用品	ของใช้ประจำวัน	孔柴把髒灣
食品	ของกิน	孔跟
調味料	เครื่องปรุงรส	肯崩洛
冷凍食品	อาหารแช่แข็ง	阿含卻扛
飲料	เครื่องดื่ม	肯等
飼料	อาหารสัตว์	阿含洒

❹ 購物

ซื้อของ

MP3-79

中文	泰文	拼音
目錄	รายการ	來甘
打折	ลดเปอร์เซ็นต์/ส่วนลด	洛播聲/爽落
太貴	แพงไป	篇
便宜	ถูก	土
瑕疵	จุดด่างพร้อย/รอยตำหนิ	組擋配/來當你
找錢	เงินทอน	跟通
包裝	บรรจุหีบห่อ	班組嘻火
價錢	ราคา	拉咖

中文	泰文	拼音
特價	ราคาพิเศษ	拉咖闢寫
付現	จ่ายเงินสด	載跟首
支票	เช็ค	切
分期付款	แบ่งจ่ายเป็นงวด	扁載奔逛
一次付清	จ่ายหมดครั้งเดียว	載某抗刁
禮券	คูปองกำนัล	枯崩剛南
紙鈔	ธนบัตร	他那榜
銅板	เหรียญกษาปณ์	連軋傻
免費	ฟรี	飛
請客	เลี้ยงเชิญ	亮稱
賠償	ชดใช้	湊菜
盒裝	บรรจุหีบห่อแบบกล่อง	班組黑火北拱
秤重	ชั่งน้ำหนัก	唱南哪
一打	1โหล	能羅
盒	กล่อง	拱
包	ห่อ	火
個	ชิ้น	秦
瑕疵品	สินค้ามีตำหนิ	行卡咪當你
撞傷	กระแทกเสียหาย	嘎特霞還
毀損	เสียหาย	霞還
刮傷	ขูดขีดเสียหาย	孔可霞還
故障	ขัดข้อง	扛控

中文	泰文	拼音
有瑕疵	มีจุดด่างพร้อย	咪組擋配
退貨	คืนสินค้า	坑行卡
更換	เปลี่ยน	貶
買錯	ซื้อผิด	石批

❺ 在銀行

ที่ธนาคาร

MP3-80

中文	泰文	拼音
提款機	ตู้เอทีเอ็ม	度ATM
服務台	เคาท์เตอร์บริการ	靠惰玻立甘
櫃臺	เคาท์เตอร์	靠惰
開戶	เปิดบัญชี	本班期
存錢	ฝากเงิน	法跟
領錢	เบิกเงิน	甭跟
借貸	กู้ยืม	固因
抵押	จำนอง	江挪
利息	ดอกเบี้ย	朵背
定期存款	ฝากประจำ	法把張
兌換外幣	แลกเปลี่ยนเงินตราต่างประเทศ	類貶跟搭擋把特
泰銖	เงินบาทไทย	跟榜胎
台幣	เงินเหรียญไต้หวัน	跟良代玩

273

中文	泰文	拼音
日幣	เงินเยนญี่ปุ่น	跟煙意本
美金	เงินดอลล่าห์สหรัฐ	跟東辣洒哈浪
匯率	อัตราการโอน	昂搭甘嗯
手續費	ค่าธรรมเนียม	喀湯年
身分證	บัตรประชาชน	版把擦衝
駕駛執照	ใบขับขี่	百卡起
存摺	สมุดเงินฝาก	洒母跟法
信用卡	บัตรเครดิต	版科底
金融卡	บัตรเอทีเอ็ม	把ATM
匯票	ตั๋วเงิน/ดร๊าฟ	奪能/達
支票	เช็ค	切
旅行支票	ทราเวิลเลอร์เช็ค	特窩了切
新鈔	ธนบัตรใหม่	他那版買
舊鈔	ธนบัตรเก่า	他那版搞
硬幣	เหรียญกษาปน์	連嘎洒
面值	ค่าเงินธนบัตร	卡跟他那版

❻ 在郵局
ที่ไปรษณีย์

MP3-81

中文	泰文	拼音
郵局	ไปรษณีย์	百洒你

中文	泰文	拼音
郵筒	ตู้ไปรษณีย์	度百洒你
郵票	แสตมป์	洒顛
紀念郵票	แสตมป์ที่ระลึก	洒單替辣樂
信封	ซองจดหมาย	松總埋
信紙	กระดาษเขียนจดหมาย	嘎搭扛總埋
寫信	เขียนจดหมาย	扛總埋
寄信	ส่งจดหมาย	聳昨埋
掛號	ลงทะเบียน	龍他邊
平信	จดหมายธรรมดา	總埋湯媽搭
包裹	พัสดุ	怕傻賭
稱重量	ชั่งน้ำหนัก	唱南哪
快遞	ส่งด่วน	聳短
航空郵件	พัสดุภัณฑ์ทางอากาศ	帕洒睹湯阿嘎
明信片	ไปรษณียบัตร	掰洒你呀把
賀年卡	การ์ดอวยพรปีใหม่	幹欸烹逼買
印刷品	สิ่งตีพิมพ์	醒低拼
郵資	ค่าอากร/ค่าส่ง	喀阿官/喀聳
地址	ที่อยู่	替有
郵遞區號	รหัสไปรษณีย์	拉哈百洒你
郵政匯款	ธนนัติ	他拿那
傳真	แฟกซ์	逢

❼ 在美容院

ที่ร้านเสริมสวย

MP3-82

中文	泰文	拼音
理髮	ตัดผม	擋朋
洗頭	สระผม	洒朋
吹頭髮	เป่าผม	寶朋
髮型	ทรงผม	兄朋
染髮	ย้อมผม	用朋
護髮	บำรุงเส้นผม/อบไอน้ำ	幫龍線朋/哦唉南
修指甲	ตกแต่งเล็บ	懂頂列
臉部按摩	นวดหน้า	諾那
洗髮精	ยาสระผม	押洒朋
潤髮乳	ครีมนวดผม	坑諾朋
燙捲髮	ไดร์ฟผม	代朋
燙髮	ดัดผม	打澎
剪短	ตัดสั้น	擋散
打薄	ซอยผม	摔彭
刮鬍子	โกนหนวด	供暖

❶ 看電影

ดูหนัง/ดูภาพยนตร์

MP3-83

中文	泰文	拼音
電影院	โรงภาพยนตร์	龍帕帕擁
電影	ภาพยนตร์	帕帕擁
國片	ภาพยนตร์ที่ผลิตโดยคนในประเทศ	帕帕擁替啪里堆坑乃把特
洋片（西片）	ภาพยนตร์ตะวันตก/หนังฝรั่ง(ตะวันตก)	帕帕擁搭灣董/南法朗(打灣董)
喜劇片	ภาพยนตร์มงคล	帕帕擁蒙空
恐怖片	ภาพยนตร์สยองขวัญ	帕帕擁洒勇扛
戰爭片	ภาพยนตร์สงคราม	帕帕擁兄康
武打片（打鬥片）	ภาพยนตร์ต่อสู้	帕帕擁朵素
文藝愛情片	ภาพยนตร์ชีวิตรัก	帕帕擁期位浪
卡通片	ภาพยนตร์การ์ตูน	帕帕擁嘎東
政治片	ภาพยนตร์การเมือง	帕帕擁甘蒙
科技片	ภาพยนตร์วิทยาศาสตร์	帕帕擁位他押洒
悲劇	ภาพยนตร์โศกเศร้า	帕帕擁所紹
默劇	ภาพยนตร์ตลก	帕帕擁搭冷
推理片	ตรรกศาสตร์	打軋洒

中文	泰文	拼音
紀錄片	ภาพยนตร์บันทึก	帕啪擁版特
廣告	โฆษณา	擴洒哪
場次	รอบ	落
早場	รอบเช้า	落朝
晚場	รอบค่ำ	落抗
午夜場	รอบดึก	落底
預售票	ขายตั๋วล่วงหน้า	凱奪亂那
事先訂票	จองตั๋วล่วงหน้า	中奪亂那
售票員	คนขายตั๋ว/พนักงานขายตั๋ว	空凱奪/怕那嚷凱奪
買票	ซื้อตั๋ว	石奪
兩張	สองใบ	聳百
空位	ที่ว่าง	替望
滿座	ที่นั่งเต็ม	替難丁
前排	แถวหน้า	條那
中間	ตรงกลาง	東剛
後面	ด้านหลัง	淡朗
左邊	ด้านซ้าย	淡賽
右邊	ด้านขวา	淡誇
銀幕	หน้าจอ	那桌
字幕	หน้าจอตัวอักษร	那桌多阿聳
首映會	งานเปิดฉายปฐมฤกษ์	甘本才把同罵樂
試映會	งานทดลองเปิดฉาย	甘痛龍本才

中文	泰文	拼音
導演	ผู้กำกับ	曝甘港
製片	ผลิตภาพยนต์	爬里怕趴庸
男主角	พระเอก	帕欸
女主角	นางเอก	曩欸
男配角	ตัวประกอบชาย	多把拱猜
女配角	ตัวประกอบหญิง	多把拱營
演員	นักแสดง	那洒登
場景	ฉาก	恰
外景	ทิวทัศน์/นอกสถานที่	挑趙/諾傻談替
鏡頭	หน้ากล้อง	那共
配音員	ผู้ประกอบเสียง	曝把拱詳
配樂	เพลงประกอบ/ดนตรีประกอบ	烹把拱/東低把拱
原音	เสียงซาวด์แทรค	詳稍些
保持安靜	รักษาความเงียบสงบ	辣洒康給洒拱
禁止吸煙	ห้ามสูบบุหรี่	漢聳補里
禁止飲食	งดอาหารและเครื่องดื่ม	共阿含列抗等
禁止外食	ห้ามนำอาหารนอกเข้า	漢曩阿含諾靠
關掉手機	ปิดโทรศัพท์มือถือ	比託拉稍麼圖
洗手間	สุขา	素卡
逃生門	ประตูหนีภัย	把睹泥拍
出口	ทางออก	湯喔
入口	ทางเข้า	湯靠

中文	泰文	拼音
座位	ที่นั่ง	替難
第一排	แถวแรก	條列
第三個	ตัวที่สาม	多替嗓
靠走道	ติดทางเดิน/ชิดทางเดิน	底湯登/企湯登
對號	ตรวจสอบหมายเลข/ตามหมายเลข	短聳埋列/當埋列
坐錯位子	นั่งผิดที่นั่ง	難批替難

❷ 逛街

เดินจับจ่ายซื้อของ

MP3-84

中文	泰文	拼音
建築	ตึก/อาคาร	頂/阿刊
公寓	แฟลต/อพาทเมนต์	飛/阿怕明
洋房	บ้านสไตล์ตะวันตก	棒洒呆搭灣董
高腳屋（竹樓）	บ้านยกพื้นสูง/บ้านทรงไทย(พื้นลอย)	棒若盆聳/棒松苔(盆來)
公園	สวนสาธารณะ	酸洒他拉那
醫院	โรงพยาบาล	龍帕押班
圖書館	ห้องสมุด	鴻洒母
麵包店	ร้านเบเกอรี่	藍杯歌立
超市	ซุปเปอร์มาร์เก็ต	素爸媽給
市區	ตัวเมือง	多蒙

中文	泰文	拼音
郊區	ชานเมือง	參蒙
住宅區	เขตที่พัก	坑替帕
服飾店	ร้านเครื่องประดับ	藍抗把擋
名牌店	ร้านมียี่ห้อ	藍咪易或
精品店	ร้านของชำร่วย	藍孔參銳
鞋店	ร้านรองเท้า	藍龍逃
珠寶店	ร้านเพชรพลอย/ร้านจิวเวอร์รี่	藍配掊/藍糾窩力
手錶店	ร้านนาฬิกา	藍哪立嘎
眼鏡行	ร้านแว่นตา	藍問搭
文具店	ร้านเครื่องเขียน	藍抗坑
書店	ร้านหนังสือ	藍南蛇
中藥店	ร้านยาจีน	藍押金
百貨公司	ห้างสรรพสินค้า	沆洒扒行卡
辦公大樓	อาคารสำนักงาน	阿刊嗓那甘
警察局	สถานีตำรวจ	洒塔你當裸
西藥房	ร้านยาแผนปัจจุบัน/ร้านขายยาเพลัช	藍押朋把組班/藍凱押瞥傻
郵局	ไปรษณีย์	百洒你
郵筒	ตู้ไปรษณีย์	度百洒你
電話亭	ตู้โทรศัพท์	度託拉洒
花店	ร้านดอกไม้	藍朵埋
咖啡廳	คอฟฟี่ช็อป	扣飛酬

中文	泰文	拼音
酒家	ร้านเหล้า	藍繞
西餐廳	ร้านอาหารสไตล์ฝรั่ง	藍阿含洒呆法朗
禁煙區	เขตห้ามสูบบุหรี่	坑沆署補里
吸煙區	เขตสูบบุหรี่	坑署補里
速食店	ร้านฟาสท์ฟู้ด	藍法伐
小吃店	ร้านของกินเล่น	藍孔跟
路邊攤	แผงลอยริมทาง	朋勒林湯
市場	ตลาด	搭朗
電線桿	เสาไฟฟ้า	勺飛琺
紅燈	ไฟแดง	飛顛
綠燈	ไฟเขียว	飛求
天橋	สะพานลอย	洒潘勒
地下道	ทางใต้ดิน	湯代丁
公車站牌	ป้ายรถเมล์	拜漏咩
公共電話	โทรศัพท์สาธารณะ	託拉洒沙他拉那
商店招牌	ป้ายชื่อร้าน	拜次藍
交通號誌	สัญญาณจราจร	散亞扎拉中
斑馬線	ทางม้าลาย	湯馬來
人行道	ทางเดิน	湯登
人潮擁擠	ช่วงคนแน่นขนัด	措空念卡南
旅遊	ท่องเที่ยว	痛跳
拍照	ถ่ายรูป	台路
唱卡拉OK	ร้องคาราโอเกะ	龍卡拉喔科

這個怎麼說，看圖來記憶！

逛街即景

① 洋房
บ้านสไตล์ฝรั่ง
半洒呆法郎

② 公園
สวนสาธารณะ
爽洒他拉那

③ 醫院
โรงพยาบาล
龍扒押班

④ 圖書館
ห้องสมุด
哄洒母

⑤ 麵包店
ร้านเบเกอรี่
藍杯歌立

⑥ 超市
ซุปเปอร์มาร์เก็ต
素波媽界

⑦ 市場
ตลาด
搭朗

⑧ 百貨公司
ห้างสรรพสินค้า
汗洒潘行卡

⑨ 西藥房
ร้านยาแผนปัจจุบัน/
ร้านขายยาเพสัช

藍押朋把組班/
藍凱押瞥傻

⑩ 郵局
ไปรษณีย์
百洒你

❸ 運動

ออกกำลังกาย

中文	泰文	拼音
籃球	บาสเก็ตบอล	半十個崩
棒球	เบสบอล	背十崩
足球	ฟุตบอล	富崩
藤球	ตะกร้อ	搭過
羽毛球	แบดมินตัน	北命淡
網球	เทนนิส	天逆十
高爾夫球	กอฟท์	過夫
橄欖球	รักบี้	辣畢
桌球	ปิงปอง	乒乓
撞球	สนุกเกอร์	傻怒各
排球	วอลเล่ย์บอล	溫列崩
保齡球	โบวลิ่ง	播令
打太極拳	มวยจีนไท้เก๊ก	美京太個
溜冰	เล่นสเก็ตน้ำแข็ง	戀洒個南坑
滑雪	เล่นสกี	戀洒給
賽跑	วิ่งแข่ง	問坑
慢跑	วิ่งเหยาะๆ	運唷唷

中文	泰文	拼音
馬拉松賽跑	วิ่งแข่งขันมาราธอน	問坑扛媽拉通
跳遠	กระโดดไกล	嘎朵該
跳高	กระโดดสูง	嘎東聳
舉重	ยกน้ำหนัก	唷南拿
拳擊	มวย	模
泰國拳	มวยไทย	模胎
空手道	คาราเต้	咖拉跌
柔道	ยูโด	唷多
體操	กายบริหาร	該巴立含
游泳	ว่ายน้ำ	外南
水中芭蕾	บัลเล่ย์น้ำ	班列南
潛水	ดำน้ำ	單南
衝浪	โต้คลื่น	惰肯
拖曳傘	ร่มชูชีพ	龍出氣
香蕉船	บานานาโบ้ท	巴哪那部
跳水	กระโดดน้ำ	嘎東南
登山	ปีนเขา	賓考

這個怎麼說，看圖來記憶！

運動大觀

① **籃球**
บาสเก็ตบอล
半十個奔

② **棒球**
เบสบอล
背十崩

③ **足球**
ฟุตบอล
富崩

④ **羽毛球**
แบดมินตัน
北命淡

⑤ **網球**
เทนนิส
天逆十

⑥ **高爾夫球**
กอฟท์
過

⑦ **橄欖球**
รักบี้
辣畢

⑧ **桌球**
ปิงปอง
兵邦

⑨ **撞球**
สนุกเกอร์
傻怒各

⑩ **排球**
วอลเลย์บอล
溫列崩

❹ 運動器材、設備

อุปกรณ์กีฬา

MP3-86

中文	泰文	拼音
健身房	ห้องฟิตเนส	哄費你斯
體育場	สนามกีฬา	洒南給拉
體育館	โรงยิม	龍因
室內	ในร่ม	乃哢
戶外	กลางแจ้ง	乾淨
運動場	สนามกีฬา	洒南給拉
跑道	ลู่วิ่ง	路運
球場	สนามบอล	洒南崩
籃球場	สนามบาสเก็ตบอล	洒南半十個崩
棒球場	สนามเบสบอล	洒南背十崩
足球場	สนามฟุตบอล	洒南富崩
高爾夫球場	สนามกอฟท์	洒南過
游泳池	สระว่ายน้ำ	洒外南
球	ลูกบอล	路崩
球拍	ไม้แร็กเก็ต	麥類個
球桿	ไม้กอฟท์	麥過
球棒	ไม้เบสบอล	麥背斯崩
護具	เครื่องป้องกัน	抗蹦甘
護腕	ปลอกสวมข้อมือ	博雄擴麼

287

中文	泰文	拼音
護膝	ปลอกสวมหัวเข่า	博雄華考
運動服	เสื้อกีฬา	色給拉
球鞋	รองเท้าบอล	龍套崩
泳裝	ชุดว่ายน้ำ	處外南
泳帽	หมวกว่ายน้ำ	蒙外南
蛙鏡	แว่นดำน้ำ	問當南
沖浪板	กระดานโต้คลื่น	嘎單惰抗
雪橇	แคร่เลื่อนหิมะ	客吝何罵

❺ 欣賞比賽

ชมการแสดง

MP3-87

中文	泰文	拼音
啦啦隊	เชียร์รีดเดอร์/กองเชียร์	車（台）立惰/工車（台）
觀眾	ผู้ชม	曝衝
觀眾席	เขตผู้ชม	且暴充
歡呼	เปร่งเสียงร้อง	奔詳龍
加油	เชียร์	車
裁判	กรรมการ	甘媽甘
球員	ผู้เล่น	曝戀
球隊	ทีมแข่งขัน	聽坑砍
選手	นักกีฬา	那給拉

中文	泰文	拼音
教練	โค้ช	扣
好球	ลูกดี	路低
壞球	ลูกเสีย	路霞
全壘打	ตีโฮมรัน	低哄嘟
短打	ตีสั้น	低上
殺球	ลูกตบ	路朵
出界	ออกริมเส้น	嗯林先
進洞	เข้ารู	靠路
得分	ได้แต้ม	代鄧
計分板	กระดานจดคะแนน	嘎單總卡南
成績	ผลแข่งขัน	婆坑砍
分數	คะแนน	卡南
時間	เวลา	微拉
八分十秒	แปดนาทีสิบวินาที	北哪梯史位哪梯
距離	ระยะห่าง	拉亞航
100公尺	หนึ่งร้อยเมตร	能類妹
出局	เอ้าท์	奧
犯規	ฟาวด์	發
罰球	ลูกโทษ	路唾
中場休息	พักครึ่ง	帕坑
延長賽	ต่อเวลา	朵微拉
開始	เริ่ม	楞

中文	泰文	拼音
結束	สิ้นสุด จบ	信署　總
勝利	ชัยชนะ	猜擦那
失敗	ปราชัย	巴猜
贏	ชนะ	擦那
輸	แพ้	撇
第一名	อันดับหนึ่ง	安擋底
第二名	อันดับสอง	安擋雄
第三名	อันดับสาม	安擋嗓
金牌	เหรียญทอง	連通
銀牌	เหรียญเงิน	連跟
銅牌	เหรียญทองแดง	連通登

❻ 看表演

ชมการแสดง

MP3-88

中文	泰文	拼音
皮影戲	หนังตะลุง	南搭龍
人妖秀	การแสดงโชว์กระเทย	甘傻登搓嗄特
大象表演	การแสดงช้าง	甘洒登唱
歌劇	ละครเพลง	拉空噴
節目	รายการ	來甘
節目單	ใบรายการ	來甘

中文	泰文	拼音
文化會館	หอวัฒนธรรม	火挖他那湯
藝術廳	กรมศิลปะ	供行拉把
劇場	โรงละคร	龍拉空
戲院	โรงละคร	龍拉空
文化中心	ศูนย์วัฒนธรรม	雄挖他那湯
露天劇場	โรงละครกลางแจ้ง	龍辣坑剛降
音樂會	งานดนตรี	甘東低
鋼琴	เปียนโน	兵諾
小提琴	ไวโอลินเล็ก	歪喔靈樂
大提琴	ไวโอลินใหญ่	外喔林亞
管弦樂	ดนตรีประเภทเครื่องเป่า เครื่องสาย	東低把撒揹保 揹骰
交響樂	ดนตรีซิมโฟนี	東低心風逆
打擊樂	ดนตรีประเภทตี เคาะ	東低把撒低 客
爵士樂	ดนตรีแจ๊ซ	東低降斯
進行曲	อินโทร	音託
伴奏	บรรเลงประกอบ	邦拎把果
指揮	ผู้บัญชาการ/คอนดั้กเตอร์	暴邦揢缸/空大得
樂隊	วงดนตรี	翁東低
節奏	จังหวะ	張挖
高音	เสียงสูง	詳雄
中音	เสียงกลาง	詳剛

中文	泰文	拼音
低音	เสียงต่ำ	詳膽
和聲	เสียงประสม	詳把慫
傳統音樂	ดนตรีดั้งเดิม	東低檔登
西洋音樂	ดนตรีตะวันตก	東低搭灣抖
傳統舞蹈	การเต้นรำดั้งเดิม	甘電嘟檔登
民俗舞蹈	การเต้นรำพื้นเมือง	甘電嘟篇蒙
民謠	เพลงพื้นบ้าน	篇烹半
武術	วิทยายุทธ	位他押玉
歌舞劇	ละครเพลงระบำ	辣空烹拉班
舞台劇	ละครเวที	辣空微梯
話劇	ละครพูด	辣空迫
默劇	ละครใบ้	辣空拜
舞台	เวที	微梯
燈光	แสงไฟ	繩飛
布景	ฉาก	場
對白	บทสนทนา	奔繩他哪
謝幕	ปิดฉากกล่าวขอบคุณผู้ชม	比踏稿可昆暴匆
好看	น่าดู	那都
精彩	ยอดเยี่ยม	又驗
無聊	น่าเบื่อ	那北
演唱會	คอนเสิร์ต	空省
合唱	ร้องคู่	龍庫

292

中文	泰文	拼音
獨唱	ร้องเดี่ยว	龍刁
清唱	ร้องโดยไม่มีดนตรี	龍堆麥咪東低
搖滾	ร็อค	龍
古典	คลาสสิก	卡洗
流行音樂	เพลงฮิต/ดนตรีวัยรุ่น	拼細/東低歪論
歌曲	เพลง	烹
安可	ร้องอีก	龍乙
配舞	เต้นประกอบ	電把拱
舞伴	คู่เต้นรำ	庫定嘟

❼ 看展覽

ชมนิทรรศการ

MP3-89

中文	泰文	拼音
畫展	นิทรรศการแสดงภาพวาด	逆踏洒甘洒登帕望
美術展	นิทรรศการแสดงศิลปะปั้นและจิตรกรรม	逆踏洒甘洒登洗辣把半列機搭剛
油畫	ภาพวาดสีน้ำมัน	帕望習南芒
水彩畫	ภาพวาดสีน้ำ	帕望習南
素描	การสเก็ตซ์ภาพ	甘洒個帕
印象派	แบบความประทับใจ	瘋匡把踏災
抽象派	แบบนามธรรม	奔南媽湯

中文	泰文	拼音
西洋畫	ภาพวาดตะวันตก	帕望搭灣抖
國畫	ภาพวาดที่วาดโดยคนในชาติ	帕望替望堆空乃差
導覽手冊	คู่มือแนะนำนิทรรศการ	庫麼鎳囔逆踏洒甘

❽ 看電視

ดูทีวี/ดูโทรทัศน์

MP3-90

中文	泰文	拼音
歌唱節目	รายการร้องเพลง	來甘龍烹
連續劇	ละครชุด	辣空處
新聞	ข่าว	考
晨間新聞	ข่าวภาคเช้า	考帕朝
午間新聞	ข่าวภาคเที่ยง	考帕疼
晚間新聞	ข่าวภาคค่ำ	考帕抗
財經節目	รายการเศรษฐกิจ	來甘舍他幾
旅遊節目	รายการท่องเที่ยว	來甘痛透
美食節目	รายการทำอาหาร	來甘湯阿含
兒童節目	รายการเด็ก	來甘碟
卡通影片	ภาพยนตร์การ์ตูน	帕帕擁嘎東
體育競賽	แข่งขันกีฬา	肯扛機拉
影集	ภาพยนต์	怕趴庸
外國影集	ภาพยนต์ฝรั่ง	怕趴庸法覽

294

中文	泰文	拼音
主持人	พิธีกร	闢梯供
人氣（知名度）	ความมีชื่อเสียง	康咪測詳
排行榜	รายชื่อติดลำดับ/ขึ้นชาร์ต	來測底嘟擋/揹恰
廣告	โมษณา	擴洒哪
節目表	ตารางรายการ	搭啷來甘
結束	สิ้นสุด จบ	信署 總
頻道	ช่อง	創
遙控器	รีโมท	立模

❾ 聽音樂

ฟังดนตรี

MP3-91

中文	泰文	拼音
音響	สเตอริโอ	洒爹立喔
第一首	เพลงแรก	烹列
第四首	เพลงที่สี่	烹替洗
主打歌	ชุดเพลงอัลบั้ม	處拼安拉棒
選播	เลือกกระจาย	樂軋摘
卡帶	เทป	特
唱片	แผ่นเสียง	篇詳
雷射唱片（MP3）	แผ่นซีดี	篇西低
偶像歌手	นักร้องในดวงใจ	那龍乃東齋

中文	泰文	拼音
製作人	โปรดิวเซอร์	播丟色
譜曲者	ผู้แต่งโน้ตเพลง	曝等諾烹
作詞者	ผู้แต่งเนื้อเพลง	曝等椰烹
唱片公司	บริษัทแผ่นเสียง	巴立洒篇詳
唱片行	ร้านแผ่นเสียง	朗篇詳
電影原聲帶	ละครเสียงซาวด์แทรค	辣空詳稍些
新專輯	อัลบั้มใหม่	阿拉半買
暢銷專輯	อัลบั้มขายดี	阿拉半凱低
流行歌曲	เพลงยอดนิยม	烹若逆庸
輕音樂	ดนตรีเบาสบาย	東低包洒百
古典音樂	ดนตรีคลาสสิก	東低卡洗
搖滾歌曲	เพลงร็อค	烹落
舞曲	เพลงเต้นรำ	拼訂嘟
抒情	เพลงบรรยายอารมณ์/เพลงซึ้ง	拼邦一歹啊掄/拼繩
輕快	เพลงเบา ๆ	拼包包
新歌	เพลงใหม่	烹買
老歌	เพลงเก่า	烹搞
翻唱歌	เพลงจัดร้องใหม่	拼甲龍買
英語歌	เพลงภาษาอังกฤษ/เพลงฝรั่ง	烹啪洒昂給/烹法朗
歌詞	เนื้อเพลง	挪烹
照片	รูปถ่าย	路台
宣傳海報	โปสเตอร์โฆษณา	簸斯惰擴洒哪

第 10 章　家居生活篇
บทการดำเนินชีวิตในบ้าน

❶ 我的家
บ้านของฉัน

MP3-92

中文	泰文	拼音
公寓	แฟลต	拂列
大廈	ตึก	等
平房	บ้านชั้นเดียว	半燦刁
別墅	คฤหาสน์	卡愣哈
花園	สวนดอกไม้	栓朵埋
種花	ปลูกดอกไม้	補朵埋
修樹	ตัดแต่งต้นไม้	擋登 埋
剪草	ตัดหญ้า	擋亞
拔草	ถอนหญ้า	疼亞
水池	สระน้ำ	洒南
魚池	บ่อเลี้ยงปลา	博兩巴
陽台	ระเบียง	辣邊
後花園	สวนดอกไม้หลังบ้าน	栓朵埋朗半
樓梯	บันได	班呆

中文	泰文	拼音
車庫	โรงจอดรถ	龍總漏
煙囪	ปล่องไฟ	崩飛
門牌	เลขที่บ้าน	列替半
信箱	ตู้รับจดหมาย	度辣總埋
門鈴	กริ่งประตู	更把都
窗戶	หน้าต่าง	那擋
大門	ประตูใหญ่	把都亞
玄關	ประตูทางเข้า	把都湯靠
腳踏墊	พรมเช็ดเท้า (ที่เช็ดเท้า)	烹切陶（梯切陶）
客廳	ห้องรับแขก	晃辣坑
地毯	พรม	烹
地板	พื้น	朋
磁磚	อิฐ	以
壁紙	วอลล์เปเปอร์	窩杯播
牆壁	กำแพง	剛烹
天花板	เพดาน	瞥單
臥室	ห้องนอน	晃暖
床	เตียง	登

中文	泰文	拼音
畫框	ตู้หนังสือ	度南蛇
裝飾品	เครื่องประดับตกแต่ง	抗把擋董等
套房	ห้องชุด	晃處
書房	ห้องอ่านหนังสือ	関安南蛇
客房	ห้องรับรองแขก	晃辣龍課
餐廳	ห้องอาหาร	晃阿含
廚房	ห้องครัว	晃誇
水龍頭	ก๊อกน้ำ	過南
瓦斯爐	เตาแก๊ส	刀個
排油煙機	เครื่องดูดเขม่าน้ำมัน	抗睹卡毛南顢
浴室	ห้องอาบน้ำ	晃昂南
浴缸	อ่างอาบน้ำ	昂嗯南
洗臉台	อ่างล้างหน้า	昂浪那
馬桶	ชักโครก	差擴

這個怎麼說，看圖來記憶！

甜蜜的家

① 花園
สวนดอกไม้
栓朵埋

② 車庫
โรงเก็บรถ
龍給落

③ 窗戶
หน้าต่าง
那擋

④ 大門
ประตูใหญ่
把都亞

⑤ 客廳
ห้องรับแขก
晃辣坑

⑥ 地板
พื้น
朋

⑦ 臥室
ห้องนอน
晃暖

⑧ 書房
ห้องอ่านหนังสือ
晃安南蛇

⑨ 廚房
ห้องครัว
晃誇

⑩ 浴室
ห้องอาบน้ำ
晃昂南

❷ 身體部位

อวัยวะร่างกาย

MP3-93

中文	泰文	拼音
頭	หัว ศรีษะ	華 習洒
臉	หน้า	那
額頭	หน้าผาก	那啪
眼睛	ตา	搭
眉毛	คิ้ว	扣
睫毛	ขนตา	孔搭
鼻子	จมูก	扎母
鼻孔	รูจมูก	嚕扎母
嘴巴	ปาก	把
嘴唇	ริมฝีปาก	拎肥把
牙齒	ฟัน	番
舌頭	ลิ้น	林
耳朵	หู	湖
脖子	คอ	擴
喉嚨	คอหอย/หลอดลม	擴黑/裸掄
肩膀	ไหล่	來
手臂	แขน	坑
手肘	ข้อศอก	擴所
手腕	ข้อมือ	擴麼
手掌	ฝ่ามือ	法麼
手指	นิ้วมือ	鈕悶
指甲	เล็บ	列

中文	泰文	拼音
胸	หน้าอก	那嗯
腰	เอว	欸
背	หลัง	朗
腹部	หน้าท้อง	那痛
臀部	ตะโพก/สะโพก	搭迫/傻迫
大腿	ต้นขา	頓卡
膝蓋	หัวเข่า	華考
小腿	แข้ง/น่อง	抗/弄
腳	เท้า	逃
腳指頭	หัวแม่เท้า	華滅逃
皮膚	ผิวหนัง	陪南
肺	ปอด	本
心臟	หัวใจ	華齋
胃	กระเพาะ	嘎迫
腸	ลำไส้	啷賽
腎臟	ไต	呆
肝臟	ตับ	擋
血液	เลือด	戀
肌肉	กล้ามเนื้อ	幹挪
骨頭	กระดูก	嘎睹
脂肪	ไขมัน	凱顢

這個怎麼說，看圖來記憶！

身體部位名稱

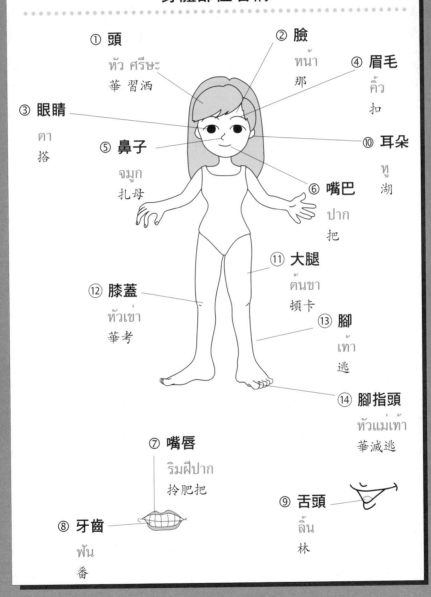

① 頭
หัว ศีรษะ
華 習洒

② 臉
หน้า
那

④ 眉毛
คิ้ว
扣

③ 眼睛
ตา
搭

⑤ 鼻子
จมูก
扎母

⑩ 耳朵
หู
湖

⑥ 嘴巴
ปาก
把

⑪ 大腿
ต้นขา
頓卡

⑫ 膝蓋
หัวเข่า
華考

⑬ 腳
เท้า
逃

⑭ 腳指頭
หัวแม่เท้า
華滅逃

⑦ 嘴唇
ริมฝีปาก
拎肥把

⑨ 舌頭
ลิ้น
林

⑧ 牙齒
ฟัน
番

❸ 外觀

ลักษณะภายนอก

中文	泰文	拼音
長頭髮	ผมยาว	朋腰
短頭髮	ผมสั้น	朋散
捲頭髮	ผมหยักโสก	朋亞聳
光頭	หัวล้าน	華藍
染髮	ย้อมผม	用朋
身高	ส่วนสูง	順聳
高	สูง	聳
矮	เตี้ย	碟
體重	น้ำหนัก	南哪
胖	อ้วน	旺
瘦	ผอม	朋
苗條	อรชร	喔拉衝
健壯	แข็งแรง	肯拎
英俊	หล่อเหลา	裸勞
漂亮	สวยงาม	雛甘
可愛	น่ารัก	那辣

❹ 情緒

อารมณ์

中文	泰文	拼音
餓	หิว	合
飽	อิ่ม	陰
愛	รัก	浪
喜歡	ชอบ	措
高興	ดีใจ	低齋
興奮	ตื่นเต้นดีอกดีใจ	等電低嗯低齋
幸福	มีความสุข	咪寬署
期待	รอคอย	囉快
想念	คิดถึง	奇疼
生氣	โมโห	模活
憤怒	โกรธ	果
恨	เกลียด	給力
討厭	เบื่อหน่าย	播乃
嫉妒	ริษยา	立洒牙
羨慕	อิจฉา	以查
緊張	เครียด/ตื่นเต้น	課阿/等店
悲傷	เศร้าโศรก	紹所

中文	泰文	拼音
難過	เสียใจ	霞齋
憂鬱	กังวล	乾嗡
煩惱	กลัดกลุ้ม	港共
害怕	หวาดกลัว	往鍋
擔心	เป็นห่วง	邊謊
壓力	แรงกดดัน	拎個單
害羞	เขิน อาย	肯 唉
快樂	สนุกสนาน	洒努洒南
歡笑	ยิ้มร่าเริง	營辣愣
大笑	หัวเราะ	華落
微笑	ยิ้ม	營

❺ 生病

ป่วย/ไม่สบาย

MP3-96

中文	泰文	拼音
發燒	ตัวร้อน	多龍
頭痛	ปวดหัว	博華
咳嗽	ไอ	唉
流鼻水	น้ำมูกไหล	南目來

中文	泰文	拼音
打噴嚏	จาม	張
感冒	เป็นหวัด	邊瓦
鼻塞	คัดจมูก	喀扎母
喉嚨痛	เจ็บคอ	姐擴
嘔吐	อาเจียน	阿間
便秘	ท้องผูก	痛普
腹瀉	ท้องร่วง	痛亂
肚子痛	ปวดท้อง	博痛
食物中毒	อาหารเป็นพิษ	阿含奔闢
皮膚過敏	ผิวหนังระเคือง	皮南辣坑
心臟病	โรคหัวใจ	落華齋
高血壓	ความดันโลหิตสูง	康單囉喜雄
糖尿病	โรคเบาหวาน	落包玩
癌症	โรคมะเร็ง	落媽拎
盲腸炎	ไส้ติ่งอักเสบ	賽頂昂寫
愛滋病	โรคเอดส์	落欸
性病	กามโรค	甘媽落
關節炎	ไขข้ออักเสบ	凱擴昂寫
氣喘	หอบหืด	火合

中文	泰文	拼音
失眠	อดนอน	嗯暖
傳染病	โรคติดต่อ	落頂朵
皮膚過敏	ผิวหนังระเคือง	皮南辣坑
扭傷	เคล็ดขัดยอก	課卡用
骨折	กระดูกหัก	嘎睹哈
跌倒	หกล้ม	火龍
車禍	อุบัติเหตุทางรถ	喔把底合湯漏
牙齒痛	ปวดฟัน	博番
蛀牙	ฟันผุ	番普
拔牙	ถอนฟัน	同番
燙傷	ลวก/แผลใหม้	落/撇賣
酸痛	ปวดเมื่อย	博妹
流血	เลือดไหล	來
近視	สายตาสั้น	賽搭散
遠視	สายตายาว	賽搭腰
懷孕	ตั้งครรภ์	檔刊
生產	คลอด	擴
量體溫	วัดอุณภูมิร่างกาย	望嗯阿烹浪該
量血壓	วัดความดันโลหิต	望康單囉喜

中文	泰文	拼音
打針	ฉีดยา	其押
驗血	ตรวจเลือด	短
驗尿	ตรวจปัสสาวะ	短把洒襪
驗大便	ตรวจอุจจาระ	短嗯扎辣
開刀	ผ่าตัด	啪擋
針灸	ฝังเข็ม	防坑
膠布	ผ้าพันแผล	帕潘陪
萬金油	ยาหม่อง	呀猛
頭痛藥	ยาแก้ปวดหัว	押個博華
止痛藥	ยาแก้ปวด	押個博
胃藥	ยากระเพาะ	押嘎迫
安眠藥	ยานอนหลับ	押暖朗
消炎藥	ยาแก้อักเสบ	押借昂寫
麻醉藥	ยาชา	押擦

❻ 起床

ตื่นนอน

中文	泰文	拼音
睜開眼睛	ลืมตา	拎搭
閉上眼睛	ปิดตา	比搭
伸懶腰	ยืดเส้นยืดสาย	意線意賽
打哈欠	หาวนอน/จาม	豪暖/江
休息	พักผ่อน	帕捧
睡覺	นอนหลับ	暖朗
鬧鐘	นาฬิกาปลุก	哪立嘎補
賴床	ขี้ชาว	企稍
早起	ตื่นเช้า	頂朝
晚起	ตื่นสาย	頂賽
折被（疊被）	พับผ้าห่ม	胖帕紅
刷牙	แปรงฟัน	兵番
漱口	บ้วนปาก	博把
洗臉	ล้างหน้า	浪那
洗手	ล้างมือ	浪麼

中文	泰文	拼音
梳頭	หวีผม	委朋
梳子	หวี	委
化妝	แต่งหน้า	等那
換衣服	เปลี่ยนเสื้อผ้า	貶色帕

❼ 做家事

ทำงานบ้าน

中文	泰文	拼音
圍裙	ผ้ากันเปื้อน	帕甘變
口罩	ผ้าปิดปาก/หน้ากากอนามัย	帕比把/那軋阿拿埋
頭巾	ผ้าโพกหัว	帕迫華
洗碗	ล้างจาน	浪沾
掃地	กวาดพื้น	瓜朋
掃把	ไม้กวาด	麥港
畚箕	ปุ้งกี๋	蹦及
雞毛撢子	ไม้ขนไก่	麥孔改
拖地	ถูพื้น	圖朋
抹布	ผ้าขี้ริ้ว	帕課流

中文	泰文	拼音
拖把	ไม้ถูพื้น	麥圖朋
水桶	ถังน้ำ	唐南
擦窗戶	เช็ดหน้าต่าง	測那擋
玻璃	กระจก	嘎總
木板	ไม้กระดาน	麥嘎單
紗門	ประตูมุ้งลวด	把督盟論
紗窗	หน้าต่างมุ้งลวด	那檔盟論
擦拭	เช็ดถู	切圖
刷洗	ขัดแปรง	卡兵
污垢	คราบ	喀
灰塵	ฝุ่น	哄
收拾（整理）	เก็บกวาด	給港
整齊	เป็นระเบียบ	奔辣貶
雜亂	เกะกะ	給嘎
洗衣服	ซักผ้า	啥帕
乾淨	สะอาด	洒昂
髒	สกปรก	所嘎博

中文	泰文	拼音
濕的	เปียก	貶
乾的	แห้ง	哼
曬衣服	ตากผ้า	打帕
曬衣架	ราวตากผ้า	撈打帕
曬衣夾子	ตัวหนีบผ้า	多你帕
折衣服	พับเสื้อผ้า	胖色帕
燙衣服	รีดผ้า	立帕
縐摺	รอยยับ	勒雅
熨斗	เตารีด	刀立
燙衣架	โต๊ะรีดผ้า	惰立帕
換洗衣物籃	ตะกร้าใส่ผ้า	搭尬賽帕

國家圖書館出版品預行編目資料

第一次學泰語,超簡單!/施明威, Ester Dumapi
合著. -- 增訂1版. -- 新北市：哈福企業有
限公司, 2023.08
　　面；　　公分. -- (泰語系列；11)
ISBN 978-626-97451-3-5 (平裝)
1.CST: 泰語　2.CST:讀本

803.758

免費下載QR Code音檔
行動學習，即刷即聽

第一次學泰語，超簡單！
（附 QR Code 線上學習音檔）

合著／施明威‧Ester Dumapi
責任編輯／William Shih
封面設計／李秀英
內文排版／林樂娟
出版者／哈福企業有限公司
地址／新北市淡水區民族路110 巷38 弄7 號
電話／（02) 2808-4587
傳真／（02) 2808-6545
郵政劃撥／31598840
戶名／哈福企業有限公司
出版日期／2023 年 8 月
台幣定價／420元（附QR Code 線上MP3)
港幣定價／140 元（附QR Code 線上MP3)
封面內文圖/ 取材自Shutterstock

全球華文國際市場總代理／采舍國際有限公司
地址／新北市中和區中山路2段366巷10號3樓
電話／(02) 8245-8786　傳真／(02) 8245-8718
網址／www.silkbook.com　新絲路華文網

香港澳門總經銷／和平圖書有限公司
地址／香港柴灣嘉業街12號百樂門大廈17樓
電話／(852) 2804-6687　傳真／(852) 2804-6409

email ／ welike8686@Gmail.com
facebook ／ Haa-net 哈福網路商城

電子書格式：PDF